பெண் எனும் போர்வாள்

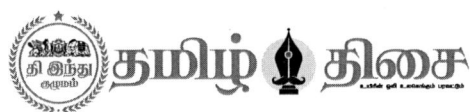

தமிழ் திசை

பெண் எனும் போர்வாள்

பிருந்தா சீனிவாசன்

தமிழ் திசை

Title
PEN ENUM PORVAAL

Author: **BRINDHA SRINIVASAN**

ISBN NO: 978-81-982814-0-1

நூல் தலைப்பு
பெண் எனும் போர்வாள்

நூல் ஆசிரியர்
பிருந்தா சீனிவாசன்

முதற்பதிப்பு
டிசம்பர் - 2024

விலை: **₹ 200**

ஆசிரியர்
கே.அசோகன்

உதவிப் பொறுப்பாசிரியர்
வா.ரவிக்குமார்

Creative Head - புத்தகங்கள் பிரிவு
மு.ராம்குமார்

முதன்மை வடிவமைப்பாளர்
என்.கணேசன்

வடிவமைப்பாளர்
ச.சக்திவேல்

அட்டை வடிவமைப்பு
ஜி.சுரேஷ்

பதிப்பகப் பிரிவு
விற்பனை மேலாளர்: **S.இன்பராஜ்**
முகவரி:

KSL MEDIA LIMITED, கஸ்தூரி மையம்,
124, வாலாஜா சாலை,
சென்னை - 600 002.

போன்: **044 - 35048001**
செல்: **7401296562 / 7401329402**

தமிழ் திசை பதிப்பகத்தின்
அனைத்துப் புத்தகங்களையும்
வாங்கிட கீழே குறிப்பிட்டுள்ள
ஆன்லைன் லிங்கை
பயன்படுத்தவும்.
மேலும், நமது பதிப்பகத்தின்
விலைப் பட்டியலை
PDF மூலம் பார்க்க
உங்கள் whatsapp எண்ணை
மேற்கண்ட எண்ணுக்கு அனுப்பவும்.

https://store.hindutamil.in/publications
www.instagram.com/hindu_tamil

https://www.facebook.com/Tamilthisaipublications https://twitter.com/Tamilthisaipublications

Printed by B.Ashok Kumar, Rasi Graphics (P) Ltd. No.40, Peters Road, Royapettah, Chennai - 600 014, for KSL Media Limited, Chennai - 600 002.

வரலாறும் சமகாலமும் இணையும் புள்ளி

உண்மைகள் பொய்களைப் புறமுதுகிட்டு ஓடச் செய்துவிடும். எதார்த்தங்கள், கற்பிதங்களை வெல்லும். பெண்களின் மீது சுமத்தப்பட்ட சமூக அவலங்களுக்கு எதிரான முன் நகர்வுகள் எல்லாம் அவை முன்மொழியப்பட்டபோதே நிராகரிக்கப்பட்டன. ஆனால், அவையெல்லாம் ஏற்றுக்கொள்ளத்தவையே என்பதைச் சமூக மாற்றம் காலந்தோறும் நமக்கு உணர்த்தியபடி இருக்கிறது.

ஒரு காலத்தில் அந்நியமாகப் பார்க்கப்பட்டவை இன்று தவிர்க்க முடியதவையாக ஆகிவிட்டன. கட்டமைக்கப்பட்டு, கட்டாயமாக்கப்பட்டவை யாவும் கால வெள்ளத்தில் காலாவதியாகிவிட்டன. வதைகளைக் கையளித்தவர்களை வராலாறு அடையாளம் காட்டுவதோடு அதிலிருந்து மீள்வதற்கான பாதையையும் குறிப்பால் உணர்த்துகிறது. ஆனால், இவை எதுவும் இயல்பாக நடந்தேறிவிடவில்லை. அவற்றை எற்றுக்கொள்ளும் வகையில், சமூகத்தைப் பண்படுத்தியவர்களின் போராட்டமில்லாமல் இந்த மாற்றங்கள் சாத்தியமாகியிருக்காது. அப்படியான மாற்றங்களுக்கு வித்திட்ட வீரப்பெண்களைத்தான் ‘பெண் எனும் போர்வாள்’ காட்டுகிறது.

இந்த நூலில் இடம்பெற்றிருக்கும் கட்டுரைகள், ‘இந்து தமிழ் திசை’யின் ‘பெண் இன்று’ சிறப்புப் பக்கத்தில் வெளியானவை. தொடராக வெளிவந்தபோதே பாராட்டும் விமர்சனங்களுமாக வாசகர்களின் ஏகோபித்த வரவேற்பைப் பெற்றவை. குழந்தைத் திருமணம் தடைசெய்யப்பட்போதும், தேவதாசி முறை ஒழிக்கப்பட்டபோதும் எதிர்ப்பு கிளம்பியது. ஆனால், எதிர்ப்புகளைக் கடந்து அவை அமலாக்கப்பட்டன. இன்று சமூகம் நவீனமயமாகிவிட்டபோதும் பழமையின் வேர்கள் இன்னும் அற்றுப்போய்விடவில்லை என்பதைத்தான் குழந்தைத் திருமணம் குறித்த செய்திகள் உணர்த்துகின்றன.

போர்களின் வெற்றி, தோல்வி குறித்து எழுதப்பட்ட வரலாறுகள், போர்க் காலங்களில் பெண்ணுடல் மீது நிகழ்த்தப்பட்ட கொடுரங்களைக் கணக்கில் கொள்ளவில்லை. இந்நூலில் உள்ள 'ஆறுதல் மகளிர்' குறித்த பதிவு போரின் கொடூரத்தைக் கண்முன் நிறுத்துகிறது. நாகரிக மனிதர்கள் என்று நம்மை நாமே கொண்டாடிக்கொண்டுள்ள இந்த நவீன உலகில், பெண்கள், குழந்தைகளை மையமாக வைத்து சர்வதேச அளவில் நடைபெற்றுவரும் வர்த்தகமும் ஆள்கடத்தலும் குறித்த பதிவு நம் மனசாட்சியை உலுக்குகிறது.

வாழ்வின் நமது எல்லா நிலைகளிலும் சகபயணியாக நம்மோடு பயணிக்கும் பெண்களை, சிந்தனை அளவிலும் செயல் அளவிலும் சரிநகிராகக் கருதும் அளவிற்கு நாம் மாற வேண்டும் என்பதைத்தான் இந்நூல் நமக்கு உணர்த்துகிறது. உலகம் முழுவதுமே பெண்களுக்கு எதிரான வன்முறைகளும் ஒடுக்குமுறைகளும் நவீனப்பட்டிருக்கும் இந்தக் காலத்தில் பெண்ணுரிமைப் போராட்டங்களுக்கான தேவை அதிகரித்திருப்பதையும் இந்நூல் சுட்டிக்காட்டுகிறது.

பெண்களும் ஆண்களும் சம உரிமையோடு வாழும் சமத்துவப் பொன்னுலகத்தைப் படைப்பதற்கான பாதையில் நாம் பயணிக்க வேண்டியதன் அவசியத்தை உணர்த்தும் இந்நூல், பெண் போராளிகளின் வரலாற்றை மட்டுமல்லாமல் நாகரிகச் சமூகத்திற்கான வழிகளையும் காட்டுகிறது. இல்லங்களில் சமைப்பதில் தொடங்கி எதிர்காலத்திற்கான பாதையைச் சமைப்பதிலும் சமத்துவம் வேண்டும்; அதைச் சாதித்துக் காட்டுவோம்!அன்புடன்,

கே.அசோகன்,
ஆசிரியர்,
'இந்து தமிழ் திசை'

என்னுரை

சேர்ந்தே பயணிப்போம்!

அடக்கம், பொறுமை, தியாகம், பணிவு, குனிந்த தலை நிமிராத குணம் என்று உலகின் 'நல்லியல்புகள்' அனைத்தும் பெண்ணுக்கே கற்பிக்கப்பட்டன. இவை போதாதென்று அச்சம், மடம், நாணம், பயிர்ப்பு போன்றவையும் பின்னாளில் சேர்ந்துகொண்டன. சங்க இலக்கியங்கள்கூடப் பிள்ளைத்தமிழ் பாடுகையில் ஆணுக்குச் சிற்றில், சிறுபறை, சிறுதேர் போன்றவற்றைக் கொடுத்துவிட்டுப் பெண்ணுக்கு நீராடல், அம்மாணை (கழங்கு), ஊசல் (ஊஞ்சல்) போதும் என முடிவெடுத்துவிட்டன.

மணல் வீட்டை உதைத்து விளையாடிவிட்டுச் சிறுபறையை இசைத்தபடி சிறுதேரை உருட்டி மகிழ்ந்த ஆண்களுக்கு மத்தியில் மனம் குளிர நீராடிவிட்டுக் கழங்கு விளையாடியபடி ஊஞ்சலாடும் வாழ்க்கை பெரும்பாலான பெண்களுக்கு வாய்த்திருக்கவில்லை. மறுக்கப்பட்ட ஒவ்வொரு உரிமையையும் அவர்கள் போராடித்தான் வென்றார்கள். தங்களை வீழ்த்தத் துடிக்கும் ஆதிக்கச் சக்திகளை எதிர்த்துப் போராட கைகளில் வாளேந்தித் தயாராக இருந்தனர். அப்படிப் போர்வாளாக இருந்து தனக்குப் பின் வந்த தலைமுறைக்கு வழிகாட்டியாக விளங்கிய பெண்களில் சிலர் இந்நூலில் இடம்பெற்றிருக்கிறார்கள்.

பெண்கள் இன்று அடைந்திருக்கும் இந்தச் சிறு உயரம்கூட எத்தனையோ போராட்டங்களின் விளைவாகப் பெற்றதுதான். அப்படியான போராட்டங்களை முன்னெடுத்த பெண்களையும் பெண்ணிய அமைப்புகளையும் நாம் அறிந்துகொள்வதும் நினைவுகூர்வதும் நாம் பயணம் செய்ய வேண்டிய பாதையைப்

புலப்படுத்தும். இந்தியாவில் மேலாடை அணியும் உரிமையைப் பெறுவதற்குப் பெண்கள் போராடியதும் உள்ளாடை அணிய மறுத்து வெளிநாட்டுப் பெண்கள் போராடியதும் முரணானவை அல்ல. பெண்ணுடல் மீதான ஆணாதிக்கச் சமூகத்தின் தலையீட்டைக் கேள்விக்குள்ளாக்குவதுதான் அவற்றின் அடிப்படை நோக்கம். ஆனால், காட்சி ஊடகங்களிலும் பொதுவெளிகளிலும் பண்டங்கள் போலப் பெண்கள் காட்சிப்படுத்தப்படுவதை எதிர்க்கும் அதேநேரம் பெண்களே விரும்பித் தங்களைக் காட்சிப்படுத்திக்கொள்வதை 'பெண்ணுரிமை' என்பதற்குள் அடக்கப் பார்த்துப் பலன் காணும் ஆணாதிக்கச் சிந்தனையையும் நாம் வெளிச்சமிட்டுக் காட்ட வேண்டிய தேவையும் இருக்கிறது.

இந்தியாவின் முதல் பெண் ஆசிரியர் சாவித்திரி பாய் ஃபூலே, அமெரிக்காவில் நிலவிய நிறவெறியை மீறிப் பள்ளிக்குச் சென்ற ரூபி பிரிட்ஜஸ், தமிழகத்தில் போராடி மருத்துவம் பயின்ற டாக்டர் முத்துலட்சுமி ரெட்டி, கைம்பெண்களின் மறுவாழ்வுக்காகப் பாடுபட்ட சகோதரி சுபலட்சுமி, அமெரிக்க வாக்குரிமைப் போராளி சோஜர்னர் ட்ரூத், மக்களின் விடுதலைக்காகத் தங்கள் இன்னுயிரை நீத்த மிரபல் சகோதரிகள், நாடுகளின் ஆதிக்கச் சண்டைக்குப் பலிகொடுக்கப்பட்ட லட்சக்கணக்கான 'ஆறுதல் மகளிர்' என்று பெண்களின் வாழ்வுரிமைக்காகப் போராடிய பலரும் வீரியம் மிக்கத் தங்கள் போராட்டங்களால் சமகாலப் பிரச்சினைகளை எதிர்கொள்ளும் தீரத்தை நமக்குக் கையளிக்கிறார்கள். இந்த உறுதியைப் பெறுவதற்குதான் நாம் வரலாற்றைத் திரும்பிப் பார்க்க வேண்டும். காரணம், நேற்று இல்லாமல் இன்று இல்லை.

இந்தக் கட்டுரைகள் தொடராக வெளிவந்தபோது வாரா வாரம் கருத்துகளைப் பகிர்ந்த வாசகர்கள் அனைவருக்கும் நன்றி. பெண்களும் ஆண்களும் சம உரிமையோடு வாழும் சமத்துவப் பொன்னுலகத்தைப் படைப்பதற்கான பாதையில் இந்நூலில் இடம்பெற்றிருக்கும் பெண்களும் உடன்வருவார்கள். சேர்ந்தே பயணிப்போம் வாருங்கள்!

அன்புடன்

பிருந்தா சீனிவாசன்

brindha.s@hindutamil.co.in

இந்நூல்

போராடுவது என்பதே வெற்றிதான்!
பெண்களின் உரிமைகளுக்காகப் போராடிய
ஒவ்வொரு பெண்ணுக்கும்...

உள்ளே...

1. கல்வி என்பது கனவல்ல 13
2. ராமன் விளைவும் சமூக விளைவும் 17
3. பெண்களின் பிறப்புரிமை இல்லையா? 22
4. இணைந்த கரங்களால் கிடைத்த வெற்றி 25
5. பாம்புகளிடமிருந்து முட்டைகளைக் காப்போம் 28
6. நமக்கு நாமே ஒளி 32
7. திரையிட்டு மறைத்தாலும் ஒளிர்ந்த கல்விச் சுடர் 36
8. மணமகனுக்கு முத்துலட்சுமி விதித்த நிபந்தனை 40
9. பெண்களின் உண்மையான 'தர்மம்' எது? 44
10. கைகூடிய மருத்துவமனை கனவு 48
11. கணவனோடு முடிந்துவிடாது பெண்ணின் வாழ்க்கை ... 52
12. பெண்ணைத் தெய்வமாக்கும் சதி 56
13. சதி மாதா ரூப் கன்வர்? 60
14. யாருக்குத் தங்களை நிரூபிக்க வேண்டும் பெண்கள்? ... 64
15. ஆணுக்கு 'ஆறுதல்', பெண்ணுக்கு? 68
16. நீதி கேட்டு ஒலித்த முதல் குரல் 72
17. நீதிகேட்கும் சிலைகள் 76
18. நீ வாழ்ந்தாக வேண்டும், நார்சிஸா! 80
19. காணாமல் போனவர்கள் 85
20. அதிகாரத்தின் துணையோடு அரங்கேறும் குற்றங்கள் ... 88

21. 'எதற்கும் உதவாதவர்கள்' செய்யும் வேலை 92
22. கண்ணை மூடிக்கொள்ளும் உலக நாடுகள் 95
23. அடிமைச் சின்னமல்ல ஆடை 100
24. ஆடை என்னும் தன்மான ஆயுதம் 103
25. பெண்ணுக்குப் பெருமை ஆணுக்கு இழிவா? 108
26. சுதந்திர தேவியும் சுதந்திரமில்லாப் பெண்களும் 113
27. நான் பெண் இல்லையா? 117
28. வண்டியை நிறுத்திய முழக்கம் 121
29. ஆண்களே, கொஞ்சம் தள்ளி நில்லுங்கள்! 126
30. தப்பிக்க முடியாத வாழ்நாள் தண்டனை? 129
31. ஆண்கள் தோற்ற தேர்வில் வாகைசூடிய பெண் 133
32. பெயரில் இருக்கிற 'சுபம்' வாழ்வில் இல்லையா? 137
33. தென்னிந்தியாவின் 'சகோதரி' 141
34. கல்லறையில் இருந்தாலும் என் கரங்களை உயர்த்துவேன்! 144
35. இது வெறும் 'விளையாட்டு' அல்ல 149
36. இருண்ட காலத்தின் மீட்சிப் பாடல் 153
37. சட்டத்தில் விடுபட்ட பெண்கள் 158
38. கல்வியறிவால் கிடைத்த துணிவு 162
39. ஆறு வாரங்களில் அதிகரிக்காது தன்னம்பிக்கை 165
40. உரிமை, விடுதலை எனும் இருவேறு இலக்குகள் 170

1

கல்வி என்பது கனவல்ல

வாசகர் ஒருவர், 'இன்னும் எத்தனை காலம்தான் ஆணாதிக்கம் பற்றிப் பேசப் போகிறீர்கள்? குடும்ப உறவுகள் சிதைந்து தனி மரமானது யாரால்? குடும்பப் பெண்களால் அல்லவா? விண்ணிற்கும் பெண் போகலாம். விழுமியங்களை மீறக் கூடாது. ஆண்களால் குழந்தை பெற முடியாது. இருவரும் சமம் என்பது ஏட்டுச்சுரைக்காய். ஆணாதிக்கம் முற்றிலும் அகற்றப்படவில்லை என்பது உண்மைதான். தான்தோன்றித்தனம் அதற்கு விடையாகாது' என்று அன்புடன் எழுதியிருந்தார். 'இப்பல்லாம் யார் சாதி பார்க்குறாங்க?' என்பதற்குச் சற்றும் குறைவில்லாதது இது. ஒரு வாசகரின் கருத்தல்ல இது; பெரும்பாலான ஆண்களின் எண்ணமும் இதுவாக இருக்கலாம்.

பெண்கள் தான்தோன்றித்தனமாக நடந்துகொள்வதால் எதுவும் மாறிவிடாது என அந்த வாசகர் சொல்லியிருக்கிறார். குடும்ப அமைப்பில் ஆணின் கை ஓங்கியும், பெண்ணுக்குக் கைகளே இல்லாதபடியும் ஆண்கள் 'தான்தோன்றித்தனமாக' விதிகள் வகுத்தது குறித்து, இங்கே பலருக்கும் எந்தக் கேள்வியும் இல்லை. வரலாறு நெடுகவும் ஆண்களின் தான்தோன்றித்தனமான செயல்பாடுகள் பெண்களை எப்படி அடிமைப்படுத்திவந்திருக்கின்றன என்பதைப் பற்றிப் பேசவும்

பலர் விரும்புவதில்லை. பெண்களை அடக்கி ஒடுக்கிவைத்திருக்கும் ஆணாதிக்கச் சிந்தனையின் மீது வீசப்படுகிற சிறு கல்லைக்கூடப் பலரால் பொறுத்துக்கொள்ள முடிவதில்லை. அதனால்தான் தங்களுக்கான உரிமைகளைக் கேட்கிற பெண்களை மட்டம் தட்டி, மூலையில் உட்காரவைக்கத் துடிக்கிறார்கள். விதிவிலக்குகளை மனதில் வைத்துப் பெண்கள் அனைவரும் இப்படித் தான் எனக்கூறிப் பொதுமைப்படுத்த முயல்கிறார்கள். பெண்ணுரிமை குறித்து வாய்திறந்தாலே, 'குடும்பம் உடைந்துவிடும், பண்பாடு சிதைந்துவிடும்' என்கிற பழைய பல்லவியையே இன்னும் எத்தனை காலத்துக்குப் பாடிக்கொண்டிருக்கப்போகிறோம்?

அடிமூட்டைக்கும் கீழே

தாங்கள் அடிமைப்படுத்தப்படுகிறோம் என்பதைப் பெண்கள் உணரவே பல்லாண்டுகளாகின. எவையெல்லாம் தங்களது இயல்பு, கடமை எனப் பெண்கள் நம்பவைக்கப்பட்டிருந்தார்களோ அவையெல்லாம் ஆணாதிக்கச் சமூகத்தால் திட்டமிட்டுத் தங்கள் மீது சுமத்தப்பட்டவை என்பதை உணர்ந்துகொள்ளக் கல்வி அவர்களுக்குப் பெரும் துணையாக இருந்தது. சாதிய அடுக்குகள் மேலோங்கியிருந்த நம் இந்தியச் சமூகத்தில் கல்வி என்பது ஒரு காலத்தில் அனைத்து ஆண்களுக்கும் வழங்கப்படவில்லை. அடுக்கப்பட்ட மூட்டைகளில் அடிமூட்டையாக இருக்கும் ஒடுக்கப்பட்டோருக்குக் கல்வி என்பது வெறுங்கனவாக மட்டுமே இருந்த நிலையில் அடிமூட்டைக்கும் அடியில் இருக்கும் பெண்களின் நிலை மிக மோசமாக இருந்தது. சாதியப் படிநிலையோடு பாலினப் பாகுபாடு, வீட்டு வேலைகள், குழந்தைத் திருமணம், வறுமை போன்றவை பெண்கள் கல்வி பெறுவதைப் பாதித்தன. இந்தியாவில் மட்டுமல்ல, உலகம் முழுவதுமே இதே நிலைதான் வெவ்வேறு வடிவங்களில் செயல்படுத்தப்பட்டது.

17ஆம் நூற்றாண்டில் பெண் கல்விக்கான சிறு வெளிச்சம் ஆங்காங்கே தென்படத் தொடங்கியது. 1800களில் உலக நாடுகளில் இருந்து 'முதல் பெண்கள் பள்ளி', 'முதல் பெண்கள் கல்லூரி', 'உயர் கல்வி பயின்ற முதல் பெண்' போன்ற நம்பிக்கைகள் துளிர்விட்டன. பெண்களுக்கான முதல் உயர்நிலைப் பள்ளியை அமெரிக்கா 1826இல் தொடங்கியது. ஜோதிராவ் ஃபுலேவும் அவருடைய மனைவி சாவித்ரிபாய் ஃபுலேவும் இணைந்து இந்தியாவின் முதல் பெண்கள் பள்ளியை 1848இல் தொடங்கினர். லண்டனில் பெண்கள் நால்வர் 1879இல் இளங்கலைப் பட்டம் பெற்றனர். இரண்டு நூற்றாண்டுகளுக்கு முன்புதான் கல்வி என்பது பெண்களுக்குமானதுதான் என்பதை இந்த உலகம் அரை

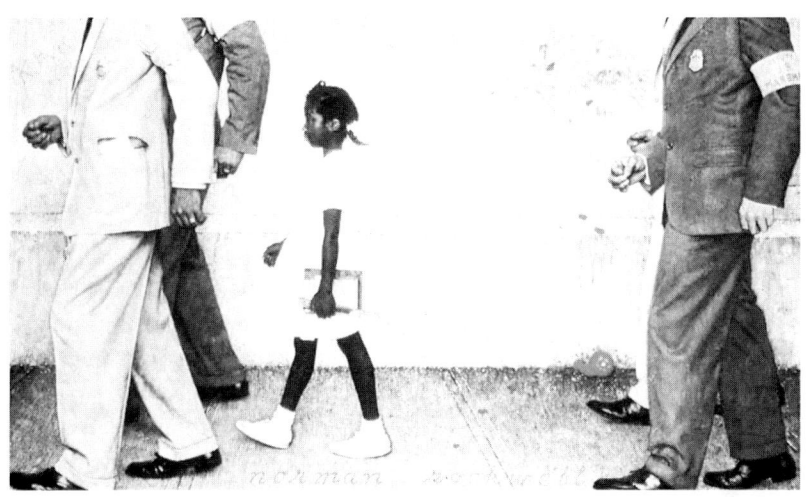

மனதாக ஏற்றுக்கொண்டது. அதன் விளைவுதான் இந்த 'முதல்'கள்.

கல்வியும் சமூக அறிவும்

உலகம் இப்படி ஏற்றுக்கொண்டதாலேயே அனைத்துப் பெண்களும் கல்வியறிவு பெறுவதில் ஆணுக்கு நிகராக நடத்தப்படவில்லை. பொருளாதார வசதி படைத்த மேல்தட்டுப் பெண்களில் சிலர் மட்டுமே கல்வியறிவு பெற அனுமதிக்கப்பட்டனர். இருந்தபோதும் கல்வி நிலையங்கள் அவர்களை இருகரம் நீட்டி வரவேற்றுவிடவில்லை.

இந்தியாவில் பெண் கல்வியைச் சமூகக் கட்டமைப்பு தடுத்தது என்றால் அமெரிக்காவிலோ நிறவெறி. இந்தியாவில் குழந்தைகள் நாளாகத் தற்போது நாம் கொண்டாடுகிற நவம்பர் 14, ரூபி பிரிட்ஜஸ் என்கிற ஆறு வயதுச் சிறுமியின் வாழ்க்கையில் மட்டுமல்ல, ஒடுக்கப்பட்ட மக்களின் வாழ்க்கையிலும் திருப்புமுனையாக அமைந்தது. கறுப்பினத்தவர் என்கிற ஒரே காரணத்துக்காக அமெரிக்கக் காவலரால் ஜார்ஜ் ஃபிளாயிட் மிதித்துக் கொல்லப்பட்ட 2020ஆம் ஆண்டைப் பலராலும் எளிதாக மறந்துவிட முடியாது. இப்போதே இந்த நிலை என்றால் 70 ஆண்டுகளுக்கு முன்பு ஆப்ரிக்க அமெரிக்கர்களின் நிலையைப் புரிந்துகொள்ளலாம். அமெரிக்கர்களிடம் நிறவெறியும் வெறுப்புணர்வும் தலைவிரித்தாடிய சூழலில் ஆப்ரிக்க அமெரிக்கச் சிறுமியான ரூபி பிறந்தார். அவர் பிறப்பதற்கு மூன்று மாதங்களுக்கு முன்புதான் அமெரிக்கப் பொதுப்பள்ளிகளில் கறுப்பினக் குழந்தைகளும்

சேர்த்துக்கொள்ளபப்பட வேண்டும் என அந்நாட்டு உச்ச நீதிமன்றம் தீர்ப்பளித்திருந்தது. ‘பள்ளிகளில் பாகுபாடு, உரிமைகளில் சமத்துவம்’ என்கிற கருத்தாக்கம் எப்படிச் சரியாக இருக்க முடியும் என்பதுதான் உச்ச நீதிமன்றத்தின் வாதம். பொதுப்பள்ளிகளில் கறுப்பினக் குழந்தைகளும் சேர்த்துக்கொள்ளப்பட வேண்டும் என்கிற தீர்ப்பு வெளியாகி ஆறு ஆண்டுகள் கழித்து ரூபி பிரிட்ஜஸைப் பொதுப்பள்ளியில் அவருடைய பெற்றோர் சேர்த்தனர்.

ரூபியைப் பள்ளியில் நுழைய விடாமல் தடுக்க நிறவெறி கொண்ட அமெரிக்கப் பெற்றோர்களும் ஆர்ப்பாட்டக்காரர்களும் பள்ளிக்கு வெளியே கோஷம் எழுப்பியபடி நின்றனர். நான்கு பாதுகாவலர்கள் புடைசூழப் பள்ளிக்குள் நுழைந்தாள் ரூபி. தங்கள் பகுதியில் ஆண்டுதோறும் நடைபெறும் திருவிழாவுக்காகத்தான் அவ்வளவு கூட்டம் கூடியிருக்கிறது என்று நினைத்த அந்தச் சிறுமியின் கண்கள் அமெரிக்கப் பெண் ஒருவர் வைத்திருந்த பொம்மை சவப்பெட்டியைப் பார்க்க நேர்ந்தது. சவப்பெட்டிக்குள் தன்னை அடைத்துவைக்க நினைக்கிறது இந்தச் சமூகம் என்பதை உணர்ந்துகொண்ட ரூபி பிரிட்ஜஸ் சிறிதும் பின்வாங்கவில்லை. பள்ளி யில் தனித்துவிடப்பட்டபோதும் படிப்பைக் கைவிடவில்லை. பார்பரா ஹென்றி என்கிற ஆசிரியரின் துணையோடு கசப்பான நாள்களை ரூபி கடந்துவந்தார். இந்தச் சம்பவத்தை மையமாக வைத்து, புகழ்பெற்ற ஓவியர் நார்மன் ராக்வெல் 1964இல் வரைந்த ஓவியம், மனித உரிமைப் போராட்டத்தின் முக்கியக் கருவியாகத் திகழ்ந்தது. உலகம் முழுவதும் பெண்கள் கல்விச் சாலையின் படியேறிய கதைகள் எல்லாம் இப்படியானவை தாம்.

2

ராமன் விளைவும் சமூக விளைவும்

கல்வி ஒருவரது சிந்தனையைத் தெளிவாக்கி அறிவை விசாலப்படுத்தும் என்பதற்காகத்தான் பெண் கல்விக்காகப் பலர் போராடினர். ஆனால், நூல் பல கற்றுத் தேர்ந்தும் மூளையில் படிந்து கிடக்கும் பிற்போக்குத்தனத்தைச் சிலரால் கைவிட முடியாதது முரணே. இயற்பியலில் நோபல் பரிசு பெற்ற முதல் இந்தியர் என நாம் கொண்டாடுகிற ஒருவர் அப்படியான கசப்பான உண்மைக்கு உதாரணமாகத் திகழ்ந்திருக்கிறார். ஆனால், அவரது பிற்போக்குத்தனத்தைத் தன் அறிவாலும் திறமையாலும் மாற்றிக்காட்டியவர் கமலா சோஹோனி.

பம்பாயின் மேல்தட்டுக் குடும்பத்தைச் சேர்ந்தவர் கமலா. இவருடைய அப்பா நாராயணராவ், அப்பாவின் சகோதரர் மாதவராவ் இருவரும் பம்பாய் பல்கலைக்கழகத்தில் பட்டம் முடித்தவர்கள். பெங்களூரு 'டாடா அறிவியல் நிறுவன'த்தில் (தற்போது இந்திய அறிவியல் நிறுவனம்) வேதியியலில் பட்டப்படிப்பை முடித்த 'முதல்'வர்கள். வீட்டுப் பெரியவர்கள் இருவர் புகழ்பெற்ற வேதியியலாளர்களாக இருப்பதைப் பார்த்து வளர்ந்த சிறுமி கமலாவுக்கு, வளர்ந்த பிறகு தானும் அவர்களைப் போலவே வேதியியல் துறையில் சாதிக்க வேண்டும் என்கிற ஆர்வம் பிறந்தது. அதற்காகத் தன்னைத் தகுதிபடுத்திக்கொண்டார். அவர்களைப்

போலவே பம்பாய் பல்கலைக்கழகத்தில் வேதியியலில் இளநிலைப் பட்டம் பெற்ற கமலா, 1930இல் பெங்களூருவில் உள்ள இந்திய அறிவியல் நிறுவனத்தில் முதுகலை வேதியியல் படிப்புக்கு விண்ணப்பித்தார்.

இளநிலையில் கல்லூரியில் சிறந்த மாணவியாகத் தேர்வான கமலா, முதுகலைப் படிப்பில் எளிதாகத் தனக்கு இடம் கிடைத்துவிடும் என நம்பினார். ஆனால், அவருக்கு வாய்ப்பு மறுக்கப்பட்டது. வலுவான பொருளாதாரப் பின்புலம், மேல்தட்டு வர்க்கம், கல்லூரியில் மிகச் சிறந்த மதிப்பெண் என இவ்வளவு தகுதிகள் இருந்தும் கமலாவுக்கு வாய்ப்பு மறுக்கப்பட்டது. இந்திய அறிவியல் நிறுவனத்தின் அப்போதைய இயக்குநர் சி.வி.ராமன் அதற்கான காரணமாக இருந்தார். பெண்களுக்கு அறிவியல் ஆய்வுகளில் ஈடுபடுகிற அளவுக்குத் திறமை இருக்காது என நினைத்த அவர், கமலாவின் விண்ணப்பத்தை நிராகரித்தார். இயற்பியலில் அவருக்கு நோபல் பரிசைப் பெற்றுத்தந்தது 'ராமன் விளைவு' என்றால் வழிவழியாக அவருக்குக் கற்பிக்கப்பட்ட வழக்கத்தால் கமலாவின் விண்ணப்பத்தை நிராகரித்தது 'சமூக விளைவு'.

பெண் என்பதற்காகத் தனக்கு இடம் மறுக்கப்பட்டதை அறிந்து அதிர்ந்த கமலா, தான் நிராகரிக்கப்பட்டதற்கு அலுவல்ரீதியான காரணம் கேட்டு இயக்குநர் அலுவலகத்தின் முன் அமைதிவழியில் போராடினார். கமலாவை நிராகரிக்க அவர் பெண் என்பதைத் தவிர வேறு எந்தக் காரணத்தையும் விஞ்ஞானி ராமனால் சொல்ல முடியவில்லை. அதனால், வேறுவழியில்லாமல் கமலாவை அங்கே படிக்க அனுமதித்தார், சில நிபந்தனைகளோடு.

மூன்று நிபந்தனைகள்

பெண்களால் அறிவியல் ஆய்வில் நீடிக்க முடியாது என்பதால் கமலாவை முழுநேரப் படிப்பில் ராமன் சேர்த்துக்கொள்ளவில்லை. முதலாமாண்டை கமலாவின் திறமையைச் சோதிக்கும் காலமாக நிர்ணயித்தார். அதில் இயக்குநருக்குத் திருப்தி ஏற்பட்டால் மட்டுமே கமலாவால் இரண்டாமாண்டைத் தொடர முடியும். பகலில் ஆய்வகத்தில் ஆண்கள் இருப்பார்கள் என்பதால் கமலா தன்னுடைய வழிகாட்டியின் உதவியோடு இரவு நேரத்தில் மட்டுமே ஆய்வகத்தைப் பயன்படுத்த வேண்டும். இவற்றுக்கெல்லாம் மேலே ஆய்வகத்தில் ஆண்களின் கவனத்தை கமலா சிதறடிக்கக் கூடாது! சக ஆராய்ச்சி மாணவியைப் பார்த்து கவனம் சிதறக் கூடாது என்று ஆண்களிடம் சொல்வதற்குப் பதிலாக, கமலாவை மாணவர்களின் முன்னால் வரக் கூடாது என்று

சொல்வது எளிதாக இருந்தது. கவனம் சிதறுவது ஆண்களின் தவறுதானே தவிர, பெண்ணாகப் பிறந்த கமலாவின் தவறல்ல. வேதியியல் துறை மீது தீராத ஆர்வம் கொண்டிருந்த கமலா இந்த மூன்று நிபந்தனைகளையும் ஏற்றுக்கொண்டார். பெண்களின் அறிவு குறித்த விஞ்ஞானி ராமனின் எண்ணம் தவறு என்பதைத் தன் அறிவாலும் திறமையாலும் கமலா உணர்த்தினார். முதலாமாண்டுப் படிப்பைச் சிறந்த மதிப்பெண்களோடு முடித்து, இரண்டாமாண்டு முழுநேர மாணவியாகச் சேர்த்துக்கொள்ளப்பட்டார்.

வழிகாட்டிய குரு

முதுகலைப் படிப்பு கமலாவுக்கு வேறொரு பாடத்தையும் கற்றுத்தந்தது. சிறப்பான மதிப்பெண்களைப் பெற்றிருந்தபோதும் பெண் என்கிற ஒரே காரணத்துக்காகத் தான் நிராகரிக்கப்பட்டாலும் அதே வளாகத்தில்தான் அவருடைய குருவான சீனிவாசய்யாவைச்

▲ குழந்தைகளுடன்...

▲ கேம்பிரிட்ஜ் பல்கலைக்கழகத்தில்

சந்தித்தார். ஆண்கள் அனைவருமே பெண்கள் குறித்த பிற்போக்கான கருத்துகளைக் கொண்டிருக்க மாட்டார்கள் என்பதற்கு சீனிவாசய்யா உதாரணமாகத் திகழ்ந்தார். அவரது வழிகாட்டுதலில் உயிர்வேதியியலில் பல ஆய்வுகளை கமலா வெற்றிகரமாக முடித்தார்.

முதுகலைப் படிப்பை முடித்த கமலாவுக்கு முனைவர் பட்டப் படிப்பில் சேர கேம்பிரிட்ஜ் பல்கலைக்கழகத்தில் வாய்ப்பு கிடைத்தது. அங்கே 14 மாதங்களில் ஆய்வுப் படிப்பை நிறைவுசெய்த கமலா, பிரிட்டிஷ் பல்கலைக்கழகம் ஒன்றில் முனைவர் பட்டத்தை முடித்த முதல் இந்தியப் பெண் என்கிற பெருமையைப் பெற்றார். 1939இல் இந்தியா திரும்பியவர், ஊட்டச்சத்து, சீருணவு போன்றவை குறித்த ஆய்வுகளில் ஈடுபட்டார். இந்தியாவில் தலைவிரித்தாடிய பஞ்சத்தைப் போக்க திட்டக் குழுக்கள் உருவாக்கப்பட்டிருந்த நேரம் அது. ஊட்டச்சத்துக் குறைபாட்டால் பாதிக்கப்படும் இந்தியக் குழந்தைகளுக்காகப் பனைமரத்திலிருந்து தயாரிக்கப்படும் 'நீரா' (பதநீர்) எனப்படும் சத்து ஆகாரத்தை அவர் பரிந்துரைத்தார். திருமணம், குழந்தைகள் என்று குடும்ப வாழ்க்கைக்குள் நுழைந்தபோதும் தனது ஆய்வுப் பணிகளை கமலா நிறுத்தவில்லை. 1969இல் ஓய்வுபெறும்வரை ஆய்வுகளைத் தொடர்ந்தார்.

கல்விப் புரட்சி

உயிர் வேதியியலில் பல்வேறு ஆய்வுகளை வெற்றிகரமாக முடித்த கமலாவுக்கு, 22 வயதில் அவர் அவமானப்படுத்தப்பட்டது ஆறாத காயமாக நிலைத்துவிட்டது. இந்தியப் பெண் விஞ்ஞானிகள் சங்கம் நடத்திய விழாவொன்றில் பேசிய கமலா, "மிகச் சிறந்த விஞ்ஞானியாக இருந்தபோதும் ராமன், குறுகிய மனப்பான்மை கொண்டிருந்தார். நான் பெண் என்பதால் என்னை அவர் நடத்திய விதத்தை மறக்கவே

முடியாது. அது எனக்கு மிகப் பெரிய அவமானம். பாலினப் பாகுபாடு மிக மோசமாகச் செயல்பட்ட காலம் அது. நோபல் பரிசு பெற்ற ஒருவரே இப்படி நடந்துகொள்ளும்போது வேறு எதை எதிர்பார்க்க முடியும்?" என்று வருத்தத்தோடு பேசியிருந்தார். அதன் பிறகுதான் இந்திய அறிவியல் நிறுவனத்தில் நடந்த பாலினப் பாகுபாடு வெளியே தெரிந்தது. கமலாவின் குடும்பத்தினரும் இதை ஒப்புக்கொண்டதாக இந்திய அறிவியல் நிறுவனத்தில் முனைவர் பட்ட ஆய்வை நிறைவுசெய்த அனிருபன் மித்ரா பதிவுசெய்திருக்கிறார்.

அனுமதி மறுக்கப்பட்ட இடத்தில் தன் திறமையை நிரூபித்த கமலா, மற்றுமொரு புரட்சியையும் செய்திருந்தார். கமலாவின் வருகைக்குப் பிறகு இந்திய அறிவியல் நிறுவனத்தில் பெண்களுக்குத் தடைவிதிக்கப்படவில்லை. உயர்கல்வி பயிலும் இந்தியப் பெண்களின் எண்ணிக்கை அதிகரித்துவருவதற்குக் காலந்தோறும் கமலாவைப் போன்ற பெண்களும் முற்போக்குச் சிந்தனை கொண்ட ஆண்களும் பாதை அமைத்துத் தந்திருக்கிறார்கள்.

சமூக - சாதியக் கட்டுப்பாடுகளுக்கும் விஞ்ஞானி ராமனின் பெண்கள் குறித்த பிற்போக்குக் கருத்துக்கும் நெருங்கிய தொடர்பு உண்டு. பெண் என்றால் இப்படித்தான் இருக்க வேண்டும் எனக் காலங்காலமாகக் கற்பிக்கப்பட்டுக் கடைபிடிக்கப்பட்டுவந்த நடைமுறையின் வெளிப்பாடுதான் ராமன் நடந்துகொண்டதும். மிகச் சிலரே கற்பிதங்களைக் கேள்விக்குள்ளாக்குகின்றனர். பெரும்பான்மை மக்கள், பெண்கள் உள்பட அனைத்தையும் பண்பாடு, பாரம்பரியம் ஆகியவற்றின் பெயரால் ஏற்றுக்கொள்கிறோம். வாய்ப்பை வழங்குகிற அதிகாரத்தில் இருப்பவர்களின் சிந்தனை பெண்களை எப்படி நல்லவிதமாகவும் கெட்டவிதமாகவும் பாதிக்கிறது என்பதற்கு சீனிவாசய்யாவும் ராமனும் முன்னுதாரணங்கள்.

3

பெண்களின் பிறப்புரிமை இல்லையா?

இந்திய விடுதலைப் போராட்டத்தில் வங்காள மாகாணம் (Bengal Presidency) பெரும்பங்காற்றியது. தற்போதைய மேற்கு வங்கமும் வங்க தேசமும் இணைந்த வங்காள மாகாணம், பிரிட்டிஷ் ஆட்சியின் தலைநகராகச் செயல்பட்டதால் 17ஆம் நூற்றாண்டிலேயே அது வளர்ச்சி காணத் தொடங்கியது. கல்வியறிவு கிடைக்கப்பெற்றதால் இலக்கியத்திலும் அரசியல் அறிவிலும் அங்கிருந்த மக்கள் மேலோங்குவதற்கான சூழல் அமைந்தது. ஆனால், அது அனைத்துத் தரப்புக்குமான வளர்ச்சியாக அமையவில்லை.

சாதிய, வர்ணாசிரமப் பிரிவினைகள் மேலோங்கியிருந்த அந்தக் காலத்தில் ஒடுக்கப்பட்ட பிரிவைச் சேர்ந்த ஆண்களுக்கே கல்வி கைசேரவில்லை. ஒரு வயதுகூட நிரம்பாத பெண் குழந்தைகள் மணம் முடிக்கப்பட்ட சூழலில் கல்வி குறித்து இந்தியப் பெண்கள் கனவுகூடக் காண முடியாத அவலநிலை. அப்படியொரு சூழலில் 19ஆம் நூற்றாண்டின் இறுதியில் இந்திய விடுதலை, சமூகச் சீர்திருத்தம் ஆகிய இருவிதமான போராட்ட வடிவங்களைத் தலைவர்கள் மிகத் தீவிரமாக முன்னெடுத்தார்கள்.

கல்வியிலும் பிற துறைகளிலும் பிரிட்டிஷ் ஆட்சியாளர்கள்

கொண்டுவந்த சில மாற்றங்களைப் பொதுநலன் கருதி, சீர்திருத்தவாதிகளில் சிலர் ஏற்றுக்கொண்டனர். விடுதலைப் போராட்டத்தில் மிகத் தீவிரமாகச் செயல்பட்ட தேசியவாதிகள் அதை எதிர்த்தனர். மிதவாதிகள் – தீவிரவாதிகள் என்று இருபிரிவாகத் தலைவர்கள் செயல்பட்டனர். இருவரின் நோக்கமும் ஒன்றுதான். ஆனால், இருவேறு முனைகளில் இருந்து அவர்கள் செயல்பட்டனர். இந்தியக் கலாச்சாரம் என்று சொல்லப்பட்டவற்றின் மீது பிரிட்டிஷ் அரசு நேரடி ஆதிக்கம் செலுத்தத் தொடங்கியது தேசியவாதிகள் மத்தியில் கொதிப்பலையை ஏற்படுத்தியது. அதையே கருவியாகக் கொண்டு மக்களை ஒன்றுதிரட்டி காலனியாதிக்கத்துக்கு எதிராக அவர்கள் போராடினர்.

'லோக்மான்யர்' பால கங்காதர திலகருக்கு இந்திய விடுதலைப் போராட்ட வரலாற்றில் தவிர்க்க முடியாத இடமுண்டு. 'சுதந்திரம் எனது பிறப்புரிமை' என்கிற முழக்கத்தின் மூலம் விடுதலைப் போராட்டத்தில் பெருந்திரளான மக்களை அவர் ஒருங்கிணைத்தார்.

ஆனால், அன்றைக்கு நிலவிய சமூகச் சூழல் விடுதலைப் போராட்டம் ஒன்றே இலக்கு என்று இருந்தவர்களை வேறு எதைப் பற்றியும் சிந்திக்கவிடவில்லை. ஆங்கிலேயரை இந்தியாவைவிட்டு வெளியேற்றும்

போராட்டத்தில் இருந்தவர்களுக்குச் சமூகத்தில் வேரோடிப் போயிருந்த பாகுபாடுகள் பெரிதாகத் தெரியவில்லை. அன்றைக்கு நிலவிய சூழலில் அப்படியான பாகுபாடுகள்தாம் இயல்பு என்று அனைத்துத் தரப்பாலும் நம்பவைக்கப்பட்டிருந்தது.

அதனால்தான் பொதுப் பள்ளிகளையும் பெண்கள் பள்ளிகளையும் விஷ்ணுசாஸ்திரி, வி.என்.மண்டலிக், பால கங்காதர திலகர் உள்ளிட்ட தேசியவாதிகள் சிலரால் ஏற்றுக்கொள்ள முடியவில்லை. 'அனைவருக்கும் கல்வி என்பது 'தேசியம்' என்கிற கொள்கையை அழித்துவிடும்' என வாதிட்டனர். பெண்கள் கல்வி கற்பது சமூகத்தில் அவர்களது நிலையை இழிவானதாக மாற்றும் என்றனர். பொதுப்பள்ளிகளை இந்திய தேசியத்துக்கான அச்சுறுத்தலாகவே அவர்கள் பார்த்தனர். அவற்றின் 'தீமை'களைப் பற்றிப் பரப்புரை செய்தனர். "வரலாறு, புவியியல், கணிதம், தத்துவம் போன்றவற்றைப் பெண்கள் பயில்வது, அவர்களுக்குத் தீங்கு விளைவிக்கும்" என்றார் திலகர். அனைத்துப் பிரிவினரும் ஒன்றாக அமர்ந்து படிக்கும் பொதுப்பள்ளிகளுக்கு எதிராகக் குரல்கொடுக்கும்படி சக தேசியவாதிகளை அவர் கேட்டுக்கொண்டார். இது குறித்து பால கங்காதர திலகர், தான் நடத்திய 'mahratta' (மராட்டா) ஆங்கில இதழில் எழுதினார். பெண்களின் முன்னேற்றம் என்பது சமூகச் சூழலோடு பின்னிப் பிணைந்தது என்பதைத்தான் நூறாண்டுகளுக்கு முந்தைய வரலாறு உணர்த்துகிறது.

4

இணைந்த கரங்களால் கிடைத்த வெற்றி

சமையல் உள்ளிட்ட வீட்டு வேலைகள், குடும்பப் பராமரிப்பு போன்ற 'வாழ்க்கைக் கல்வி'யே பெண்களுக்கு விதிக்கப்பட்டிருந்த ஒரே 'கல்வி முறை'யாக அந்நாளில் இருந்தது. அறிவில் சிறந்தவர்களாகச் சொல்லப்படும் முன்னோர்களின் சொல்லுக்கு எதிராக யாராவது நடந்து கொண்டால் அவர்கள் மறுபிறவியில் எலியாகப் பிறப்பார்கள் என்று பெரும்பான்மைச் சமூகம் நம்பவைக்கப்பட்டிருந்தது. 'ஏன்?' என்கிற சொல்லே இல்லாத அகராதி அவர்களுடையது. அதனால், தங்கள் மீது நிர்ப்பந்திக்கப்பட்ட அனைத்தையும் விதியே என்று ஏற்றுக்கொண்டனர்.

ஒரு வயதுகூட நிரம்பாத பெண் குழந்தைகளுக்கு மணம் முடிக்கப்பட்ட 1800களில் சாவித்ரிபாய்க்கு ஒன்பது வயதில் திருமணம் செய்துவைக்கப்பட்டது. அவருடைய கணவர் ஜோதிராவ் புலேவுக்கு 13 வயது. தனக்குக் கிடைத்த கல்வி தன் மனைவிக்கும் கிடைக்க வேண்டும் என ஜோதிராவ் விரும்பினார். குடும்பத்தினரின் எதிர்ப்பை மீறி சாவித்ரிக்கு வீட்டிலேயே கற்பித்தார். அனைத்துச் சமூகத்தைச் சேர்ந்த ஆண்களுக்கே கல்வி மறுக்கப்பட்ட காலத்தில் பெண் களுக்கான பள்ளி தொடங்க வேண்டும் என்பது இந்தத் தம்பதியின் மாபெரும் இலக்கு. அதற்காக அகமதாபாத்திலும் பூனாவிலும் இருந்த ஆசிரியர் பயிற்சிப் பள்ளியில் சாவித்ரிபாய் புலே சேர்ந்தார்.

பெண்களுக்கான முதல் பள்ளி

ஜோதிராவின் கல்வி குறித்த சிந்தனையால் ஈர்க்கப்பட்ட தத்யாசாகேப் பிடே என்னும் வழக்குரைஞர், பூனாவில் உள்ள தன் வீட்டை ஜோதிராவ் தம்பதிக்கு வழங்கினார். 'பிடே வாடா' என்று அழைக்கப்பட்ட அந்த வீட்டில் 1848 ஜனவரி 1 அன்று 'இந்தியாவின் முதல் பெண்கள் பள்ளி தொடங்கப்பட்டது. இந்தத் தம்பதியின் நண்பர்கள் சகாராம், கேசவ் இருவரும் இந்தப் பள்ளி அமைய உதவியாக இருந்தனர்.

தங்கள் மருமகள் தான் படித்ததோடு பெண்களுக்கான பள்ளியையும் தொடங்கியதில் நாலு பேர் என்ன சொல்வார்களோ என்று சாவித்ரியின் புகுந்த வீட்டினர் நினைத்தனர். தங்களுக்குப் பெருத்த 'அவமானம்' எனவும் கருதினர். கல்வி கற்றதன் மூலம் செய்யக் கூடாத பாவத்தைச் செய்ததாகச் சொல்லி ஜோதிராவ் – சாவித்ரிபாய் தம்பதியை வீட்டை விட்டு வெளியேற்றினர். இத்தம்பதியின் நண்பர்களான பாத்திமா ஷேக்கும் அவருடைய சகோதரர் உஸ்மானும் அடைக்கலம் தந்து உதவினர். 'பிடே வாடா' பள்ளியில் பாத்திமா ஆசிரியராகப் பணியில் சேர்ந்தார். பெண்கள் கல்வி பயில்வது பாவம் என்று சொல்லப்பட்டதை மீறப் பெரும்பான்மை குடும்பங்களுக்கு மனமில்லை. மிகச் சிலரே தங்கள் பெண் குழந்தைகளைப் பள்ளியில் சேர்த்தனர். எத்தனை விளக்குகளை ஏற்றினால் என்ன? ஒளியின் மகத்துவம் குறையாதுதானே. சாவித்ரியும் பாத்திமாவும் மனம் தளராமல் பள்ளிக்குச் சென்றனர்.

ஆனால், சுற்றியிருந்தவர்களுக்கு அங்கே பள்ளி செயல்படுவதில் விருப்பம் இல்லை; பள்ளிக்குச் சென்ற சாவித்ரிபாய், பாத்திமா மீது கல்லையும் மாட்டுச் சாணத்தையும் வீசினர். இந்தத் தாக்குதல் பாத்திமாவை நிலைகுலையச் செய்தது. ஆனால், சாவித்ரி அசராமல் நின்றார். பெண்களுக்குக் கல்வி கற்பிப்பதன் மூலமே இதுபோன்ற மூடத்தனங்களுக்கு முற்றுப்புள்ளி வைக்க முடியும் என்பதை பாத்திமாவுக்குச் சொன்னார். மறுநாள் முதல் கையில் மாற்றுச் சேலையோடு பள்ளிக்கு இருவரும் புறப்பட்டனர். தங்கள் மீது வீசப்பட்ட மண்ணையும் சாணத்தையும் கழுவிவிட்டுப் பாடங்களை எடுத்தனர். 'கல்வியே விடுதலை தரும்' என்கிற முழக்கம் எழுதப்பட்ட பதாகையைப் பள்ளியின் முகப்பில் சாவித்ரிபாய் மாட்டினார். அதுவே பெண் கல்விக்கான முதல் முழக்கமாகவும் அமைந்தது.

அச்சமூட்டிய உறுதி

சாவித்ரியின் இந்த உறுதிதான் தாக்கியவர்களுக்கு அச்சமூட்டியது.

மிரட்டினால் பயந்துவிடுவார்கள் என்கிற அவர்களது கணக்கை சாவித்ரி பொய்யாக்கினார். தாக்கப்பட்ட இடத்திலிருந்தே மறுமலர்ச்சிக்கான போராட்டத்தைத் தொடங்கினார். அதன் பிறகு மேலும் இரண்டு பெண்கள் பள்ளிகள் தொடங்கப்பட்டன. பொதுப்பள்ளிகளில் கற்பிக்கப்படாத கணிதம், அறிவியல், சமூக அறிவியல் போன்றவை சாவித்ரிபாய் நடத்திய பெண்கள் பள்ளிகளில் கற்பிக்கப்பட்டன. பெண்கள் பள்ளியில் மாணவியர் எண்ணிக்கை, பொதுப்பள்ளிகளில் பயின்ற ஆண்களின் எண்ணிக்கையைவிட அதிகரித்தது. ஜோதிராவ் புலே - சாவித்ரிபாய் தம்பதியின் லட்சியப் பாதையின் முக்கிய மைல் கல் அது.

சாவித்ரிபாய்க்குச் சிறுவயதிலேயே கல்வியின் மீது தீராக் காதல். கிறிஸ்தவ மிஷனரி மூலம் கிடைத்த ஆங்கிலப் புத்தகத்தை அவர் படித்துக்கொண்டிருந்த போது கையும் களவுமாகப் பிடித்துவிட்டார் அவருடைய அப்பா. அந்தப் புத்தகத்தைக் கிழித்தெறிந்துவிட்டு, "இனி நீ இப்படியொரு பாவத்தைச் செய்வதைப் பார்த்தால் தொலைத்துவிடுவேன்" என மிரட்டினார். கிட்டத்தட்ட இரண்டு நூற்றாண்டுகள் கடந்த நிலையிலும் 'பெண்கள் அதிகமா படிச்சா கெட்டுப்போயிடுவாங்க, மதிக்க மாட்டாங்க' என்று இன்றைக்கும் ஒலிக்கிற பொதுச் சமூகத்தின் குரல் அது. அந்தக் குரலைக் கடந்துதான் பெண்கள் கல்வி கற்க வேண்டும். காரணம், கல்வியே விடுதலை தரும்.

உரிமைக்கான போராட்டங்களில் அனைத்துத் தரப்பும் பங்கெடுக்கிறபோது மாற்றம் ஏற்படுவதைத் தடுக்க முடியாது. சாவித்ரிபாயின் போராட்டத்தில் மேல்தட்டுப் பிரிவைச் சேர்ந்த தத்யாசாகேப், சிறுபான்மைப் பிரிவைச் சேர்ந்த பாத்திமா ஆகியோரின் பங்களிப்பு இதை உறுதிப்படுத்துகிறது.

5

பாம்புகளிடமிருந்து முட்டைகளைக் காப்போம்

ஒருவரது பிறப்பு அவரது தலையெழுத்தைத் தீர்மானிக்கக் கூடாது என்பதற்காகத்தான் சாவித்ரிபாய் புலே தன் வாழ்நாள் முழுவதும் போராடினார். சமூக நீதி, சமத்துவம், சுதந்திரம் ஆகிய மூன்றையும் கல்வியே தரும் என்பதை உணர்ந்த அவர், 'அனைவருக்கும் கல்வி' என்பதில் உறுதியாக இருந்தார். 1848இல் இந்தியாவில் பெண்களுக்கான முதல் பள்ளி தொடங்கக் காரணமாக இருந்த அவர், 1853க்குள் மொத்தம் 18 பள்ளிகளைப் பெண்களுக்காகவும் ஒடுக்கப்பட்ட மக்களுக்காகவும் தொடங்கினார்.

பிரிட்டிஷ் ஆட்சியின்கீழ் நவீனக் கல்விமுறை எப்படி இந்தியாவுக்குள் நுழைந்திருக்க முடியும்? கிழக்கிந்திய கம்பெனி இந்தியாவில் வணிகம் செய்ததோடு இந்தியாவை ஆளும் அதிகாரத்தையும் நிறுவிக்கொண்டிருந்த 1800களில் பிரிட்டிஷ் நிறுவனங்களில் அடிமட்ட பொறுப்பில் பணியாற்ற அவர்களுக்குக் குறைந்த கூலிக்கு ஆள்கள் தேவைப்பட்டனர். இந்தியர்களை அந்தப் பணிகளுக்குப் பயன்படுத்தும் பொருட்டு கல்வி வழங்கும் வெளிநாட்டு மிஷனரிகளை இந்தியாவில் அனுமதித்தனர். பிரிட்டன் மட்டுமல்லாமல் அமெரிக்கா, ஜெர்மனி, பிரெஞ்சு மிஷனரிகளும் அதில் அடக்கம். இந்தியச் சமூகச் சீர்த்திருத்தவாதிகள்

அந்த வாய்ப்பைத் தங்கள் மக்களின் மறுமலர்ச்சிக்கான துருப்புச் சீட்டாகப் பயன்படுத்திக்கொண்டனர். அதுவரை அவரவர் மதநூல்கள் மட்டுமே கற்பிக்கப்பட்டுவந்த நிலை மாறி நவீனக் கல்வி இந்தியர்களுக்குக் கிடைத்தது. அடித்தட்டு மக்களுக்குக் கல்வியைக் கொண்டுசேர்த்ததில் மகாத்மா ஜோதிராவ் புலே – சாவித்ரிபாய் தம்பதிக்குப் பெரும் பங்கு உண்டு.

பாத்திமா என்னும் புரட்சியாளர்

▲ பள்ளி மாணவர்களுடன் பாத்திமா ஷேக், சாவித்ரிபாய் புலே

தங்கள் வயதைவிட ஐந்து மடங்கு அதிக வயதுடையோருக்குப் பெண்கள் மணம் முடிக்கப்பட்ட காலம் அது. பெண்களுக்கான இந்தியாவின் முதல் பள்ளியில் ஆசிரியராகப் பணியாற்றிய பாத்திமா ஷேக், இந்தியாவின் முதல் முஸ்லிம் பெண் ஆசிரியர். ஒன்பது வயது ரிப்பி என்கிற சிறுமிக்கு மனைவியை இழந்த 40 வயது ஆணுடன் திருமணம் என்பது பாத்திமாவை மிகுந்த வேதனைக்குள்ளாக்கியது. ரிப்பி மிகவும் அறிவானவள். படுக்கை விரிப்பில் அவள் வரைகிற பூத்தையலில்கூட அவளது கணித அறிவு துலங்கும். அவளது வாழ்க்கை திருமணம் என்கிற பெயரால் சீரழிக்கப்படுவதை நினைத்துத்தான் பாத்திமா கண்கலங்கினார். அதைப் புரிந்துகொண்ட சாவித்ரி, "நம் பள்ளியில் ஆறு பெண்கள் சேர்ந்திருக்கிறார்கள். அவர்களின் வாழ்க்கை மாற்றத்துக்கு நாம் காரணமாக இருக்கிறோம். அதை நினைத்துப் பார்" என்று பாத்திமாவைத் தேற்றினார்.

ஆனாலும் பாத்திமாவின் மனம் ஆறவில்லை. ரிப்பியின் அப்பா சலீமிடம் பேச முயன்றார். "என் மகள் படித்தால் உன்னைப் போல் திருமணம் ஆகாமல் அவளது வாழ்க்கையும் வீணாகிவிடும்" என்று திட்டினார். ஆண்களையும் இந்தச் சமூகத்தையும் நொந்துகொண்டு பயனில்லை என்பதை சாவித்ரிபாய் உணர்ந்திருந்தார். "மரக்கிளையின் கூட்டில் இருக்கும் முட்டைகளை விழுங்குவது பாம்பின் இயல்பு. ஒரு பாம்பை விரட்டினால் இன்னொரு பாம்பு அந்த வேலையைச்

செய்துவிடும். ஆனால், குஞ்சுகள் பறக்கும்வரைக்கும் முட்டைகளைக் காப்பதுதான் நம் கடமை. எவ்வளவு முட்டைகளை நம்மால் பாதுகாக்க முடியும் என்பதில்தான் நம் வெற்றி அடங்கியிருக்கிறது" என்று பாத்திமாவிடம் சாவித்ரி சொன்னார். பாத்திமாவும் அதைப் புரிந்துகொண்டு பெண்களுக்குக் கற்பிக்கும் வேலையைத் தொடர்ந்தார்.

ரீட்டா ராமமூர்த்தி குப்தா எழுதிய '*Savirthribai phule: Her life, Her relationships, Her legacy*' என்கிற புத்தகம், வரலாற்றில் மறைக்கப்பட்ட பாத்திமாவின் சாதனைகளைச் சாவித்ரிபாயின் வாழ்க்கைக் கதையின் வழியே சொல்கிறது. ரிப்பிகளின் வாழ்க்கை சீர்பட வேண்டுமென்றால் சலீம்களைத் திருத்த வேண்டும். அதற்கு சலீம்களின் மனைவிகளுக்குக் கற்பிக்க வேண்டும். இதைத்தான் சாவித்ரிபாய் தன் நண்பர்களின் உதவியோடு சாதித்துக் காட்டினார். அந்தக் காலத்தில் பெண்களுக்குப் பத்து வயதில் திருமணம் என்பது மிகத் தாமதமான திருமணமாகக் கருதப்பட்டது. அந்நாளில் பாத்திமா ஷேக் 25 வயதில் திருமணம் புரிந்துகொண்டது மிகப்பெரிய புரட்சி. சாவித்ரிபாய் உடல்நலம் குன்றித் தன் சொந்த ஊருக்குச் சென்றிருந்த நாள்களில் பள்ளியைச் சிறப்பாக நடத்தியவர் பாத்திமா. 1856இல் சாவித்ரிபாய் புலே எழுதிய கடிதத்தில் இதை அவர் குறிப்பிட்டுள்ளார்.

இரவுப் பள்ளிகள்

கூலி வேலை செய்யும் மக்கள் பகல் முழுக்க வயல்களில் வதைபடுகிறபோது அவர்களுக்குக் கல்வி கற்க நேரம் ஏது? அவர்களுடைய குழந்தைகளின் நலனுக்காகவே இரவுப் பள்ளிகளை 1855இல் சாவித்ரிபாய் தம்பதி தொடங்கினர். அனைவருக்கும் சம உரிமை என்பது மறுக்கப்பட்ட காலத்தில் பெண்ணுரிமை குறித்துப் பேசியவர் சாவித்ரிபாய். பெண்கள் எந்த விதத்திலும் ஆண்களுக்குச் சளைத்தவர்கள் அல்ல என்பதைப் பெண்களுக்குப் புரியவைப்பதே சாவித்ரிபாய்க்குப் பெரும் சவாலாக இருந்தது. பெண்ணுரிமை குறித்த விழிப்புணர்வை ஏற்படுத்துவதற்காக 1852இல் 'மகிளா சேவா மண்டல்' என்கிற அமைப்பைத் தொடங்கினார். பெண்களுக்கான பெரும் மாநாட்டையும் அவர் நடத்தினார். சாதிய, சமூக அடுக்குகளின் அனைத்துப் பிரிவைச் சேர்ந்த பெண்களுக்கும் அதில் பங்கேற்க அழைப்புவிடுத்தார். அனைவரும் எவ்விதப் பாகுபாடும் இன்றி ஒன்றாக அமர வேண்டும் எனக் கேட்டுக்கொண்டார்.

கைம்பெண்களுக்கு ஆதரவு

பெண்களின் கண்ணியக் குலைவுக்குக் காரணமான

சம்பிரதாயங்களுக்கு எதிரான பரப்புரையை சாவித்ரிபாய் மேற்கொண்டார். இள வயதுப் பெண்களும் சிறுமியரும் முதிய ஆண்களுக்கு மணம் முடிக்கப்பட்டதால் கைம்பெண்களின் எண்ணிக்கை அதிகரித்தது. கணவனை இழந்த சிறுமியர்கூடத் தலை மழிக்கப்பட்டு வலுக்கட்டாயமாகக் 'கைம்பெண்' என்கிற அடையாளச் சிறைக்குள் தள்ளப்பட்டனர். முடி மழிக்கப்படுவதன் மூலம் கைம்பெண்களை எளிதில் அடையாளம் காண முடியும் என்பதால் இந்த நடைமுறை. இந்தக் கொடுமைக்கு எதிராக சாவித்ரிபாய் குரல்கொடுத்தார். பம்பாயிலும் பூனாவிலும் இருந்த முடிதிருத்துவோரைச் சந்தித்து, முடி மழிக்கும் சடங்கில் பங்கேற்கக் கூடாது எனக் கோரிகை விடுத்தார். முடிதிருத்தும் தொழில்தான் தங்களின் வாழ்வாதாரம் என்றிருந்த நிலையிலும் சாவித்ரிபாயின் தொடர்ச்சியான பேச்சுவார்த்தையால் அதற்கு ஒப்புக்கொண்டனர். அதைத் தொடர்ந்து கைம்பெண்களுக்கு முடி மழிக்கும் செயலுக்கு எதிர்ப்புத் தெரிவித்து முடி திருத்துவோரின் பிரம்மாண்டமான வேலைநிறுத்தப் போராட்டத்தை சாவித்ரிபாய் முன்னெடுத்தார்.

கைம்பெண்களின் இருப்பு அமங்கலமாகக் கருதப்பட்டது. தங்கள் குடும்பத்தின் நலன் கருதி தங்கள் வீட்டுப் பெண்களையே வீட்டைவிட்டுத் துரத்தியடித்த குடும்பங்கள் அந்நாளில் ஏராளம். அப்படிக் கைவிடப்பட்ட கைம்பெண்கள் எவ்விதப் பாதுகாப்பும் ஆதரவுமின்றித் தவித்தனர். ஆண்களால் பாலியல் கொடுமைகளுக்கும் ஆளாக்கப்பட்டனர். பாலியல் வல்லுறவால் கருவுற்ற பெண்கள் பாவிகளாகக் கருதப்பட்டனர். பாவத்தைச் செய்தவர்கள் குறித்துச் சமூகத்துக்குக் கவலையே இல்லை. பாதிக்கப்பட்ட பெண்களையே குற்றவாளிகளாக்கித் தூற்றினர். இதனால், பெரும்பாலான கைம்பெண்கள் குழந்தை பிறந்ததும் அதைக் கொல்லும் நிலைக்கும் தள்ளப்பட்டனர். இந்தச் சமூக அவலத்தைத் தடுப்பதற்காகவே 1853 ஜனவரி 28 அன்று 'சிசுக்கொலை தடுப்பு இல்ல'த்தை சாவித்ரிபாய் தொடங்கினார்.

இந்தியாவின் முதல் சிசுக்கொலை தடுப்பு இல்லமும் இதுதான். கருவுற்ற கைம்பெண்கள் இங்கே வந்து தங்கிக்கொள்ளலாம். பிரசவத்துக்குப் பிறகு தங்கள் குழந்தையை இங்கேயே விட்டுவிட்டுச் செல்லலாம். 1873 வரை அறுபதுக்கும் மேற்பட்ட பெண்கள் இந்த இல்லத்தில் தஞ்சமடைந்து குழந்தையைப் பெற்றெடுத்தனர். கைம்பெண்கள் குழந்தை பெற்றுக்கொள்வது தர்மத்துக்கு எதிரானது எனச் சொல்லப்பட்ட இருண்ட காலத்தில் கைம்பெண் மறுமணம் குறித்து யோசிக்கக்கூட முடியாது. ஆனால், சாவித்ரிபாய் துணிவோடு அந்த முடிவை எடுத்தார்.

6

நமக்கு நாமே ஒளி

பாதை தெரிகிறபோது பயணம் செய்வது சாத்தியமே. ஆனால், முட்புதர்கள் மண்டிக்கிடந்த பாழ் நிலத்தைச் சீராக்கிப் பாதை சமைத்தவர் சாவித்ரிபாய் புலே. பெண் கல்விக்காகவும் பெண்ணுரிமைகளுக்காகவும் இறுதிவரை போராடிய சாவித்ரிபாய், இந்தியாவின் முதன்மைப் பெண்ணியவாதிகளுள் ஒருவர்.

கைம்பெண்கள் அவர்களது குடும்பங்களால் கைவிடப்பட்ட நிலையில் பாலியல் வல்லுறவுக்கு ஆளாக்கப் பட்டு அதன் காரணமாகக் குழந்தை பெற்றெடுப்பது பெரும் பாவமென்று கருதப்பட்டது. அப்படியொரு சூழலில் சாதியப் படிநிலையில் மேல்தட்டில் இருந்த குடும்பத்தைச் சார்ந்த காசிபாய் என்னும் கைம்பெண் ஒருவர் குழந்தையைப் பெற்றெடுத்தார். ஜோதிராவ் – சாவித்ரிபாய் தம்பதி அந்தக் குழந்தையை 1874இல் தத்தெடுத்தது பெரும் புரட்சி. கைம்பெண்கள் குழந்தை பெற்றுக் கொள்ளும் வகையில் இந்தியாவின் முதல் சிசுக்கொலை தடுப்பு இல்லத்தை அமைத்த சாவித்ரிபாய், பின்னாளில் அதை மருத்துவமனையாக மாற்றினார். புலே தம்பதி தத்தெடுத்த யஷ்வந்த் ராவ் என்னும் அந்தக் குழந்தை அந்த மருத்துவமனையிலேயே மருத்துவராகப் பணி யாற்றியது புரட்சியின் நல்விளைவுகளில் ஒன்று.

பெண்கள் கூட்டணி

தலித்துகள், பெண்கள், ஒடுக்கப் பட்டோர் ஆகியோரின் நல்வாழ்வுக்காகவும் உரிமைகளுக்காகவும் 1873இல் 'சத்திய சோதக் சமாஜ'த்தை ஜோதிராவ் புலே தொடங்கினார். அந்த அமைப்பின் தலைவராக சாவித்ரிபாய் புலே செயல்பட்டார். பிறப்பின் அடிப்படையில் தாங்கள் ஒடுக்கப்பட வேண்டியவர்களே என்று நம்ப வைக்கப்பட்டிருந்த அடித்தட்டு மக்களிடம் சம உரிமை குறித்தும் அவர்களின் அரசியல் பங்கேற்பு குறித்தும் சாவித்ரிபாய் விழிப்புணர்வை ஏற்படுத்தினார். சாதி அடிப்படையிலான சமூக அமைப்பு எவ்வளவு தந்திரமானது என்பதையும் அவர் மக்களுக்கு எடுத்துரைத்தார். பெண்களின் கல்வித் தரமும் அரசியல் விழிப்புணர்வும் அதிகரித்திருக்கும் இந்நாளில் தங்கள் தெருக்குழாயில் தண்ணீர் வரவில்லை யென்றால் கூடக் குரல் எழுப்பப் பெரும் பாலான பெண்கள் யோசிக்கின்றனர். உரிமையைக் கேட்டுப் பெறக்கூட அவ்வளவு தயக்கம். யாராவது முதல் கல்லை எறியட்டுமே என்கிற மரத்துப்போன மனநிலைதான் இதற்குக் காரணம். ஆனால், ஒடுக்கப்பட்டோரின் குரல்வளை நசுக்கப்பட்டு வாய் என்பது மௌனமாக இருக்க மட்டுமே என்றிருந்த அந்நாளில் சத்திய சோதக் சமாஜத்தில் 90 பெண்களை உறுப்பினர் களாகச் சேர்த்துப் பெண்ணுரிமைக்காக சாவித்ரிபாய் போராடியது வீர வரலாறு.

முற்போக்குத் திருமணம்

வரதட்சிணை மரணங்கள் நம் இந்தியச் சமூகத்துக்குப் புதிதல்ல. தங்கள்

தலையைப் பணயமாக வைத்து மகளுக்குத் திருமணம் முடித்துவைக்கிற பெற்றோர் பெரும் பாரம் கழிந்ததாகவே நினைக்கிறார்கள். அதனால்தான், சகித்துக்கொள்ள முடியாத கொடுமையான மண வாழ்விலிருந்து விடுதலை பெற்று வீடு திரும்பும் மகளைப் பிறந்த வீடுகள் இன்றைக்கும் அவ்வளவு உவப்புடன் ஏற்றுக்கொள்வதில்லை. உயிரே போனாலும் புகுந்த வீடுதான் பெண்ணுக்கு நிலையானது என்று காலம் காலமாகச் சொல்லப்பட்டுவருவதால்தான் விவாகரத்து பெற்று வீடு திரும்பிய மகளைப் பட்டாசு வெடித்துக் கொண்டாட்டத்துடன் வரவேற்ற ஜார்க்கண்டின் ராஞ்சி நகரத்துத் தந்தை நமக்குப் பேரதியசமாகத் தெரிகிறார். 200 ஆண்டுகளுக்கு முன்பு நிலைமை இன்னும் மோசம். பெண்களின் வாழ்க்கையை வரதட்சிணை என்னும் பெருங்கொடுமை சூறையாடிக் கொண்டிருந்த போது வரதட்சிணைக்குத் தீர்வாக எளிய திருமணங்களை சாவித்ரிபாய் புலே முன்மொழிந்தார். வரதட்சிணை மறுப்புத் திருமணங்களை நான்கைந்து பேர் மட்டுமே கொண்ட குழு முன்னிலையில் நடத்தி வைத்தார். இன்றைய முற்போக்குத் திருமணங்களுக்கு எல்லாம் முன்னோடி சாவித்ரிபாய் புலே நடத்திவைத்த வரதட்சிணை மறுப்பு எளிய திருமணங்களே. இறப்பைத் தவிர கைம்பெண்களுக்கு வேறு கதியில்லை என்று கற்பிக்கப்பட்டபோது கைம்பெண் மறுமணம் குறித்துத் தொடர்ந்து பேசியதோடு முன்னுதாரண மறுமணங்களை நடத்தித் தனது சொல்லும் செயலும் ஒன்றென உணர்த்தினார் சாவித்ரிபாய்.

அடக்குமுறைகளோடு 1876இல் கொடும் பஞ்சமும் பசியும் பட்டினியும் மக்களை வாட்டின. அப்போது வறட்சி நிவாரணப் பணிகளில் உடனடியாக ஈடுபடும்படி பிரிட்டிஷ் அரசாங்கத்துக்கு நெருக்கடி கொடுத்தார். அரசு பார்த்துக்கொள்ளட்டும் என்றிருக்காமல் பஞ்சத்தில் தவிப்பவர்களின் பசியைப் போக்க மகாராஷ்டிரத்தில் 52 இலவச உணவு விடுதிகளை சாவித்ரிபாய் புலே திறந்தார். தலித்துகளும் ஒடுக்கப்பட்டோரும் ஊர்ப் பொதுக்கிணற்றில் இருந்து தண்ணீர் எடுக்கத் தடை விதிக்கப்பட்டபோது அவர்களுக்காக புலே தம்பதி தங்கள் வீட்டுப் பின்புறத்தில் கிணறு தோண்டி, நமக்கு நாமே ஒளியாக இருக்க வேண்டியதன் அவசியத்தையும் உணர்த்தினர்.

இன்றைக்கும் 'வீதி வரை மனைவி' என்று பாடிக்கொண்டு அங்கொன்றும் இங்கொன்றுமாக மகள்கள் தங்கள் பெற்றோருக்கு இறுதிச் சடங்கு செய்வதைச் சிலாகித்துக்கொண்டிருக்கிறோம். ஆனால், சாவித்ரிபாயோ யாரும் சிந்தித்துப் பார்க்கக்கூடத் துணியாத செயலை

1890இல் மகாத்மா ஜோதிராவ் புலே இறந்தபோது செய்தார். ஜோதிராவ் புலேவுக்கு இறுதிச் சடங்கு செய்ததன்மூலம் தன் கணவரின் இறுதிச் சடங்கைச் செய்த முதல் இந்தியப் பெண் என்கிற புரட்சி அத்தியாயத்தை இந்தியாவின் வரலாற்றுப் பக்கத்தில் எழுதினார் சாவித்ரிபாய்.

தான் நடத்திவந்த மருத்துவமனையில் மருத்துவராகப் பணியாற்றிய தன் தத்துப்பிள்ளைக்கு உதவியாக சாவித்ரிபாய் பணியாற்றினார். அப்போது மகாரஷ்டிரத்தில் பிளேக் எனும் கொள்ளைநோய் ஏராளமானோரைப் பலி கொண்டது. நோய்த்தொற்று குறித்த அச்சமின்றிப் பலருக்கும் மருத்துவ உதவி கிடைக்க சாவித்ரிபாய் போராடினார். பிளேக் தொற்றுக்கு ஆளான சிறுவனை மருத்துவமனைக்குத் தூக்கிச் சென்றபோது சாவித்ரிபாயும் தொற்றுக்கு ஆளானார். சாவித்ரிபாய் தன்னுயிரைத் துச்சமென மதிக்கும் அளவுக்கு மக்கள் சேவையை முதன்மையாகக் கருதினார். எதிர்ப்புகளுக்கு அஞ்சாமல் 'அனைவருக்கும் கல்வி' என்பதில் அவர் உறுதியாக இருந்ததால்தான் இன்று எத்தனையோ பெண்கள் கல்வி என்னும் கண்கொண்டு இவ்வுலகைக் காண்கின்றனர்.

7

திரையிட்டு மறைத்தாலும் ஒளிர்ந்த கல்விச் சுடர்

ஒருவரது பிறப்பு அவரது எதிர்காலத்தைத் தீர்மானிக்கக் கூடாது என்பதில் வடக்கே சாவித்ரிபாய் புலே உறுதியாக இருக்க, தெற்கிலோ இசை வேளாளர் குடும்பத்தில் பிறந்ததால் கல்வி என்னும் அடிப்படை உரிமை சி.என்.முத்துலட்சுமி ரெட்டிக்கு மறுக்கப்பட்டது. இசை வேளாளர் குடும்பத்தில் பிறக்கும் பெண்களைக் கடவுளுக்கு சேவை செய்யும் பொருட்டுக் கோயிலுக்கு அர்ப்பணிக்கும் சடங்கு நடத்தப்படுவது அந்தக் காலத்தில் வழக்கம். 'பொட்டுக்கட்டுதல்' என்று சொல்லப்படும் அந்தச் சடங்குக்கு ஆள்படுத்தப்படும் பெண்கள் 'தேவதாசிகள்' என அழைக்கப்பட்டனர். பிற பெண்களைப் போல் அவர்கள் திருமணம் செய்துகொள்ள முடியாது. அவர்களுக்கு அந்த உரிமை மறுக்கப்பட்டது.

இசை, நடனம் போன்ற கலைகளில் அவர்கள் சிறந்து விளங்கியபோதும் சமூகத்தில் அவர்களின் நிலை தாழ்ந்தே இருந்தது. புரவலர்கள், செல்வந்தர்களின் பாதுகாப்பில் வாழ்ந்த அவர்களுக்குப் பிறந்த குழந்தைகளுக்குச் சமூக அங்கீகாரமும் சம உரிமையும் மறுக்கப்பட்டன. கோவிலூர் சந்திரம்மாளுக்கு 11 வயதில் 'பொட்டுக்கட்டுதல்' சடங்கு நடத்தப்பட்டபோது அந்த நிகழ்வில் புரவலராக இருக்கும்படி நாராயணசாமி ஐயரிடம் புதுக்கோட்டை மன்னர் ராஜா ராமச்சந்திர

தொண்டைமானின் சகோதரி சிறப்பு வேண்டுகோளை வைத்தார். ('முத்துலட்சுமி ரெட்டி', ஆசிரியர்: வி.ஆர். தேவிகா). அப்போது நாராயணசாமி ஐயருக்கு 30 வயது.

திண்ணைப் பள்ளியில் கல்வி:

மேல்தட்டு வர்க்கத்தைச் சேர்ந்த நாராயணசாமி, சந்திரம்மாளைத் தன்னுடைய இணையராக ஏற்றுக்கொண்டு சேர்ந்து வாழ்ந்தது அந்நாளில் யாரும் எதிர்பாராதது. முத்துலட்சுமியின் கல்விப் பயணத்துக்குக் குடும்பமாக இவர்கள் இணைந்ததும் முக்கியக் காரணம். முத்துலட்சுமி தன் தாயைப் போலவே அறிவானவர். முத்துலட்சுமி பிறந்தபோது சந்திரம்மாளுக்கு 16 வயது. குழந்தைத் திருமணத்தின் மூலம் பிறந்த முத்துலட்சுமி பின்னாளில் மெட்ராஸ் மாகாண சட்டமன்றத்தின் முதல் பெண் உறுப்பினராக ஆனதும் ஆணின் திருமண வயதை 21 ஆகவும் பெண்ணின் திருமண வயதை 16 ஆகவும் உயர்த்துவதற்காகக் குரல் எழுப்பியதும் வரலாறு! நான்கு வயதுச் சிறுமியான முத்துலட்சுமி தன் வீட்டுக்கு அருகில் இருந்த திண்ணைப் பள்ளிக்குப் படிக்கச் சென்றதே அந்நாளில் புதுமையாகப் பார்க்கப்பட்டது.

பள்ளிப் படிப்பை முடித்ததும் தன் மகளுக்கு வீட்டிலேயே நாராயணசாமி ஐயர் பாடங்களை நடத்தினார். 1902ஆம் ஆண்டு மெட்ரிகுலேஷன் தேர்வை எழுதி அதில் முதல் மாணவியாகத் தேர்வானார். முத்துலட்சுமிக்குக் கல்லூரியில் சேர விருப்பம். அவருடைய அம்மா சந்திரம்மாளோ மகளுக்குத் திருமணம் செய்துவைக்க விரும்பினார். இறுதியில் முத்துலட்சுமியின் பிடிவாதமே வென்றது. அதுவரை ஆண்கள் மட்டுமே படித்துவந்த புதுக்கோட்டை மகாராஜா கல்லூரியில் இடம் கேட்டு தன் மகளுக்காக நாராயணசாமி விண்ணப்பித்தார். பெண்களின்

இருப்பால் ஆண்களின் கவனம் சிதறும் என்கிற பொதுவான மனநிலை அந்நாளில் பெரும்பாலானோரிடம் இருந்தது. அதுவும் ‘தேவதாசிகள்’ என்று இழிவாகக் கருதப்பட்ட குடும்பத்தைச் சேர்ந்த முத்துலட்சுமியைக் கல்லூரி இருகரம் நீட்டி வரவேற்கும் என்று எதிர்பார்க்க முடியாதுதானே?

ஆண்களின் உறுதி குலையுமா?

கல்லூரியின் அன்றைய முதல்வரும் பொதுச் சமூகத்தின் கருத்தையே தன் கருத்தாகக் கொண்டிருந்தார். ஆண்களோடு சேர்த்து முத்துலட்சுமிக்குப் பாடம் நடத்துவது சரியாக இருக்காது என்றும் முத்துலட்சுமியால் ஆண்களின் மன உறுதி குலைந்துவிடக் கூடும் என்றும் புதுக்கோட்டை மன்னருக்குக் கடிதம் எழுதினார். எல்லாக் காலத்திலும் பெண்களால் குலைந்துவிடக் கூடிய ‘மன உறுதி’ கொண்டவர்களாகத்தான் பெரும்பாலான ஆண்கள் இருந்திருக் கிறார்கள் போல! கல்லூரி நிர்வாகமும் முதல்வரின் கருத்தை ஆமோதித்தது.

அமெரிக்காவில் நிறவெறி உச்சத்தில் இருந்த போது பொதுப்பள்ளியில் கல்வி கற்க விரும்பிய ஆப்ரிக்க அமெரிக்கச் சிறுமி ரூபி பிரிட்ஜஸ் எதிர்கொண்ட எதிர்ப்பையும் அவமானத்தையும் தமிழகத்தின் புதுக்கோட்டையில் முத்துலட்சுமி சந்தித்தார். முத்துலட்சுமியைப் போன்றவர்கள் படிக்கிற கல்லூரியில் தங்கள் குழந்தைகள் படிப்பதைப் பெரும் அவமானமாகப் பெரும்பாலான பெற்றோர் கருதினர். முத்துலட்சுமியைக் கல்லூரியில் சேர்த்துக்கொண்டால் தங்கள் பிள்ளைகளைக் கல்லூரிக்கு அனுப்ப மாட்டோம் என்று ஒரே குரலில் உறுதியாக எதிர்த்தனர்.

மூன்று மாத நிபந்தனை:

இந்திய அறிவியல் நிறுவனத்தில் ஆராய்ச்சிமாணவியாக கமலா சோஹோனி சேர்த்துக்கொள்ளப் படுவதற்கு விதிக்கப்பட்ட நிபந்தனைதான் முத்து லட்சுமிக்கும் விதிக்கப் பட்டது. அதாவது முதல் மூன்று மாதங்களுக்கு மட்டும் அவரைத் தற்காலிக மாணவியாகச் சேர்த்துக்கொள்வது எனக் கல்லுரி நிர்வாகத்தால் முடிவெடுக்கப்பட்டது. அந்த மூன்று மாதங்களும் முத்துலட்சுமி தன் நன்னடத்தையை நிரூபிப் பதற்கான சோதனைக் காலம். அவரது நடத்தையில் கல்லூரி நிர்வாகத்துக்குத் திருப்தி ஏற்பட்டால் அவரைப் போலவே பிற மாணவிகளும் கல்லூரியில் சேர்த்துக்கொள்ளப்படுவார்கள் என்றுபுதுக்கோட்டை மன்னர் தரப்பில் உறுதியளிக்கப்பட்டது.

அந்த உத்தரவாதத்தை முத்துலட்சுமி இறுகப் பற்றிக்கொண்டார். தன்னுடைய வெற்றி தன்னைப் போலவே கல்வி பெறத் துடிக்கும் பல நூறு பெண்களின் வெற்றி என்பது முத்துலட்சுமிக்குப் புரிந்தது. ஒரு பெண் கல்வி பெறுவதற்கு அவருடைய பிறப்பு ஒருபோதும் காரணமாக அமைந்துவிடக் கூடாது என்பதற்காகவும் சேர்த்துத்தான் முத்துலட்சுமி கல்லூரியில் கால்பதித்தார். கல்லூரிக்குள் நுழைந்த பிறகும் பாகுபாடு கடைப்பிடிக்கப்பட்டது. ஒரு பக்கம் ஆண் மாணவர்கள் அமர்ந்திருக்க, மறுபக்கம் முத்துலட்சுமி தனியாக உட்காரவைக்கப்பட்டார். இருதரப்பையும் பிரிக்கும் வகையில் நடுவில் திரையொன்று தொங்கவிடப்பட்டது.

தங்களைச் சூழ்ந்திருக்கும் அவமானத் திரைக்கு முன்னால் துணியால் நெய்யப்பட்ட திரை ஒரு பொருட்டே அல்ல என்று நினைத்த முத்துலட்சுமி கல்வி ஒன்றே காரியமாக இருந்தார். மாலையில் கல்லூரி முடிந்ததும் முத்துலட்சுமி முதல் ஆளாக வெளியேறிய பிறகே மற்ற மாணவர்கள் வெளியேறினர். 1902இல் நடந்த நிகழ்வு இது. நாம் வாழ்ந்துகொண்டிருப்பதற்கு ஒரு நூற்றாண்டுக்கு முன்புவரைக்கும் இதுதான் நிலை. புதுக்கோட்டையில் கல்லூரிப் படிப்பை முடித்ததும் மேற்படிப்பைத் தொடர முத்துலட்சுமி விரும்பினார்.

8

மணமகனுக்கு முத்துலட்சுமி விதித்த நிபந்தனை

சுடர்விட்டு எரியும் விளக்காக இருந்தாலும் அது தொடர்ந்து ஒளிர தூண்டுகோல் வேண்டும் என்பார்கள். ஆனால், தான் ஒளிதரும் விளக்கு என நிரூபிப்பதற்கே முத்துலட்சுமி ரெட்டி அந்நாளில் போராட வேண்டியிருந்தது. பள்ளிக்குச் செல்வதையே ஏதோ தகாத செயலில் ஈடுபடுவதுபோல் யார் கண்ணிலும் படாமல் மறைந்து செல்ல இந்தச் சமூகம் சிறுமி முத்துவை நிர்ப்பந்தித்தது. ஊராரின் தூற்றுதலையும் அவப்பேச்சையும் கேட்டுக் கொண்டுதான் அவர் பாடம் கற்றார். எது தன்னைப் பாதிக்க வேண்டும் என்பதில் அந்த வயதிலேயே அவர் உறுதியோடு இருந்தார்.

மெட்ரிகுலேஷன் படிப்பை முடித்த முத்துலட்சுமி மேற்படிப்புக்காகப் புதுக்கோட்டையில் இருந்து வெளியேற நினைத்தார். முத்துலட்சுமியின் தந்தை நாராயணசாமியின் முன்னாள் மாணவர் ஒருவர் மருத்துவப் படிப்பை முடித்திருந்தார். அவரது அறிமுகம் முத்துலட்சுமியின் மனதில் மருத்துவக் கனவை விதைத்தது.

மருத்துவக் கனவு:

ஒருநாள் முத்துலட்சுமியின் அம்மா சந்திரம்மாள் டைபாய்டு காய்ச்சலில் விழ, அதிலிருந்து அவர் மீண்டெழ மாட்டார் என்று பலரும் நம்பினர். அப்போது அமெரிக்காவில் இருந்து வந்திருந்த மருத்துவர் ஒருவர் பரிந்துரைத்த மருந்துகளால் நோயிலிருந்து சந்திரம்மாள் மீண்டார். அந்த நிகழ்வு முத்துலட்சுமிக்கு மருத்துவப் படிப்பின் மீதான பிடிப்பை அதிகரித்தது.

மதராஸ் மருத்துவக் கல்லூரியில் சேர்வதற்காக 1907ஆம் ஆண்டு தன் தந்தையோடு மதராஸுக்கு முத்துலட்சுமி பயணப்பட்டார். மருத்துவக் கல்லூரி முத்துலட்சுமியை உவப்புடன் வரவேற்கவில்லை. இங்கேயும் அவரது பிறப்பு தடையாக இருந்தது. போராட்டங்கள் அவருக்குப் புதிதல்லவே. அதிக உழைப்பும் உடல் வலுவும் தேவைப்படும் அறுவை சிகிச்சைப் படிப்புக்கு முத்துலட்சுமி சரிப்பட்டு வர மாட்டார் என மருத்துவக் கல்லூரி நினைத்தது. அந்த நினைப்பைத் தன் மகத்தான வெற்றியால் தவிடுபொடியாக்கினார் முத்துலட்சுமி. அறுவை சிகிச்சை படிப்பில் நூறு சதவீத மதிப்பெண்களோடு, அதுவரை ஆண்களே செய்திராத சாதனையைப் புரிந்தார். இடையில் சொந்த வாழ்க்கையிலும் உடல் நலத்திலும் முத்துலட்சுமிக்குப் பல்வேறு இன்னல்கள். அனைத்தையும் சமாளித்தபடியே படிப்பிலும் சிறந்து விளங்கினார். தன் வாசிப்பு உலகத்தை விரிவாக்கினார். உலக அளவில் போராடி வென்ற பெண்களைப் பற்றித் தேடித் தேடிப் படித்தார். ஏற்கெனவே சமூகப் பணிகளில் ஈடுபாட்டுடன்

இருந்தவரின் உள்ளத்துக்கு அந்தப் பெண்களின் வெற்றிக் கதைகள் மேலும் உரமூட்டின.

சீர்திருத்த திருமணம்:

நம் இந்தியக் குடும்ப வழக்கப்படி ஒரு பெண் படித்து முடித்ததும் அடுத்து திருமணம்தானே. மகள் மருத்துவப் படிப்பை முடித்ததும் மீண்டும் திருமணப் பேச்சை ஆரம்பித்தார் முத்துலட்சுமியின் அம்மா சந்திரம்மாள். குடும்பம் என்பது பெண்ணின் அடையாளத்தை அழித்தொழிப்பதோடு அவளை அடிமையாகவும் ஆக்கிவிடும் என்று தாயிடம் வாதாடி திருமணத்துக்கு மறுப்புத் தெரிவித்தார். ஆனால், குடும்ப உறவில் தன்னை நிகராக நடத்தும் ஆண் கிடைத்தால் மணந்துகொள்வதாகவும் சொன்னார். மேலும், தன் சமூகப் பணிகளுக்கு அவர் தடையாக இருக்கக்கூடாது என்கிற நிபந்தனையையும் முததுலட்சுமி விதித்தார். சமூக அமைப்பிலேயே ஆயிரம் ஏற்றத்தாழ்வுகள் இருக்கிறபோது சமூகத்தின் மீச்சிறு அலகான குடும்பத்தில் சமத்துவம் கிடைப்பது அவ்வளவு எளிதானதல்ல என்பதையும் முத்துலட்சுமி உணர்ந்திருந்தார். பிறகு தன் நிபந்தனைகள் அனைத்தையும் ஏற்றுக்கொண்ட சுந்தரம் ரெட்டி என்கிற மருத்துவரை முத்துலட்சுமி மணந்துகொண்டார். ஆடம்பரமான, சடங்குகளின் அடிப்படையிலான திருமணத்தை மறுத்து, பிரம்ம சமாஜத்தின் முறைப்படி நடந்த முத்துலட்சுமியின் ‘சீர்திருத்த திருமணம்’ அந்நாளில் பலரையும் வியக்கவைத்தது.

கொடுமைக்கு எதிரான ஆண்குரல்:

1915இல் ‘ஹவுஸ் சர்ஜன்’ படிப்பை முடித்தவர், 1917இல் சென்னை வேப்பேரியில் சிறிய மருத்துவ மனை ஒன்றை நடத்தினார். ‘ஹவுஸ் சர்ஜன்’ படிப்பின்போதே அவருக்கு சகோதரி சுப்பலட்சுமியின் அறிமுகம் கிடைத்தது. முத்துலட்சுமிக்கு, சமூகச் சீர்திருத்தவாதியும் தேர்ந்த கல்வியாளருமான சுப்பலட்சுமியின் அறிமுகம் மற்றுமொரு மடை திறப்பு. சகோதரி சுப்பலட்சுமி என அழைக்கப்பட்ட அவர், 12 வயதிலேயே கணவனை இழந்தவர். இளம் கைம்பெண்ணான அவரது வாழ்க்கை சீர்பட்டதில் அவருடைய தந்தை சுப்பிரமணியனுக்குப் பெரும் பங்கு உண்டு.

தன் மகள் கைம்பெண் ஆன பிறகு அனைத்து விதங்களிலும் அமங்கலியாக நடத்தப்பட்டு, வீட்டுக்குள் முடக்கப்படும் கொடுமையைக் காணச் சகியாத அவர், சாஸ்திர சடங்குகளைத் தன் பெண்ணுக்குச் செய்வதற்கு மறுப்பு தெரிவித்தார். தன் வீட்டுப் பெண்ணுக்குக்

கொடுமை நிகழும்போதாவது சுப்பிரமணியனைப் போன்ற அரிதினும் அரிதான சிலர் விழித்துக்கொள்கின்றனர். சடங்குகளின் பெயரால் பெண்களுக்கு இழைக்கப்படும் அநீதிக்கு எதிராகச் செயலாற்றுகின்றனர். ஆனால், பெரும்பான்மைச் சமூகமோ (பெண்களும் இதில் அடக்கம்) வழக்கம்போல் பத்துப் பதினொரு வயது குழந்தைகளுக்குக்கூடக் கைம்பெண் பட்டத்தை அளித்து உள்ளுக்குள் வேதனைப்படுவதாகக் கபட நாடகம் ஆடுவதை வழக்கமாகக் கொண்டிருந்தனர்.

அந்த வேடதாரிகளைப் பற்றி சுப்பிரமணியன் கவலைப்படவில்லை. தன்னைத் தூற்றிப் பேசும் நான்கு பேரின் கருத்தைப் புறந்தள்ளிவிட்டுத் தன் மகளைப் பள்ளியில் சேர்த்தார். தன் தந்தையின் முடிவு சரியானதுதான் என்பதை உணர்த்தும்விதமாக 1911இல் மதராஸ் மாகாணத்தில் பட்டம் பெற்ற முதல் பெண் என்கிற சாதனையை சகோதரி சுப்பலட்சுமி படைத்தார். சுப்பலட்சுமி யின் இந்த வெற்றியும் சாதனையும் முக்கியமானவை. காரணம் இவைதான் சமூகக் கொடுமைகளுக்கு எதிராகச் செயலாற்றுகிற சுப்பிரமணியனைப் போன்றவர்களின் முன்னெடுப்புக்கு உரைகல்லாக அமைபவை.

கல்வி பெற்ற சுப்பலட்சுமி கைம்பெண்ணான தன் அத்தை வாளாம்பாளுடன் சேர்ந்து கைம்பெண்கள் சிலருக்கு ஆதரவளித்துவந்தார். கைம்பெண்களுக்கு மறுவாழ்வோடு கல்வியும் அளிக்கும் வகையில் சென்னை மயிலாப்பூரில் 1912இல் 'சாரதா இல்ல'த்தைத் தோற்றுவித்தார். சகோதரி சுப்பலட்சுமியையும் மருத்துவர் முத்துலட்சுமியையும் இணைக்கும் பாலமாக சாரதா இல்லம் அமைந்தது. சாரதா இல்லத்தில் இருந்த பெண்களுக்குச் சிகிச்சை அளித்துவந்தார் 'ஹவுஸ் சர்ஜன்' முத்துலட்சுமி. அந்த இல்லத்துக்கு நிதியுதவி அளித்துவந்த சிலர், சாரதா இல்லத்தில் பிராமணர் அல்லாத பெண்களுக்கு இடம் அளிப்பதை எதிர்த்தனர். அதைக் கேள்விப்பட்ட முத்துலட்சுமி ஒரு முடிவெடுத்தார்.

9

பெண்களின் உண்மையான 'தர்மம்' எது?

ஏதோவொரு கணத்தில் நம் வாழ்வில் எதிர்ப்படுகிற நிகழ்வோ சொல்லோ மனிதரோ அதுவரை நாம் நினைத்துக் கூடப் பார்க்காத திசையை நோக்கி நம்மை அழைத்துச் செல்லக்கூடும். அப்படியொரு தருணம் முத்துலட்சுமியின் வாழ்க்கையிலும் வாய்த்தது.

கணவனை இழந்த பிராமணக் கைம்பெண்களுக் காகச் சகோதரி சுப்பலட்சுமி நடத்திவந்த இல்லத்தில் பிராமணர் அல்லாத பெண்களைச் சேர்ப்பதற்கு அந்த இல்லத்துக்கு நிதியுதவி அளித்துவந்தவர்கள் மறுத்தது முத்துலட்சுமியை மிகவும் பாதித்தது. எவ்விதப் பேதமும் இன்றி அனைத்து சாதிப் பெண்களும் தங்கும் வகையில் ஓர் இல்லத்தையும் படிக்கும் வகையில் ஒரு பள்ளியையும் அமைக்க வேண்டும் என்கிற எண்ணம் முத்துலட்சுமியின் மனதில் தீப்பொறியாக விழுந்தது. அதை அடுத்த கட்டத்துக்கு நகர்த்திச் செல்லும் நாளும் வந்தது.

அனைவருக்குமான இல்லம்:

1930களில் ஒரு நாள் மூன்று பெண்கள் முத்துலட்சுமியைத் தேடி வந்தனர். 'பொட்டுக்கட்டுதல்' என்னும் கொடுமை நிறைந்த சடங்கிலிருந்து தப்பித்து அந்தப் பெண்கள் சென்னை வந்திருந்தனர். அவர்களைத் தங்க

வைப்பதற்காகப் பெண்கள் இல்லங்களை நாடினார் முத்துலட்சுமி. அப்போதைய மதராஸில் பிராமணப் பெண்களுக்கு ஒன்று, பிராமணர் அல்லாத பெண்களுக்கு ஒன்று என இரண்டு இல்லங்கள் மட்டுமே இருந்தன. ஒன்றில் பிராமணர் அல்லாத பெண்களுக்கு இடமில்லை; மற்றொன்றில் சாதியப் படிநிலையில் கீழ்மட்டத்தில் இருந்த பெண்களிடம் பாகுபாடு காட்டப்பட்டது. 'தேவதாசி' குடும்பத்தைச் சேர்ந்த பெண்கள் என்று முத்திரை குத்தப்பட்டவர்களை அந்த இல்லங்கள் இருகரம் நீட்டி வரவேற்றிருக்கும் என்று எப்படி எதிர்பார்க்க முடியும்? இவ்வளவுக்கும் அந்த இரண்டு இல்லங்களிலும் மருத்துவ ஆலோசகராக முத்துலட்சுமி பணியாற்றிவந்தார். பெண்கள் இல்லத்துக்கு அனுப்பப்பட்ட அந்தப் பெண்கள் மோசமான வசைச்சொல்லுக்கும் அவமானத்துக்கும் ஆளாக்கப்பட்டு, முத்துலட்சுமியிடமே தஞ்சம் புகுந்தனர்.

அந்த மூவரைத் தொடர்ந்து மேலும் சில பெண்களும் அடைக்கலம் கேட்டு முத்துலட்சுமியைத் தேடி வர உருவானதுதான் 'அவ்வை இல்லம்'. ஆதரவும் கல்வியும் வேண்டிவரும் பெண்களுக்கு அவ்வை இல்லத்தின் கதவுகள் திறந்தே இருந்தன. பத்துப் பெண்களோடு தொடங்கப்பட்ட அந்த இல்லம், பின்னாளில் கல்வி கற்பிக்கும் பள்ளியாகவும் உயர்ந்தது. அன்றைக்கு முத்துலட்சுமியின் வீட்டுக் கதவைத் தட்டிய மூன்று பெண்களும் படித்துத் தேறினர். அவர்களில் ஒருவர் மருத்துவர், ஒருவர் செவிலி, ஒருவர் ஆசிரியர் என உயர்ந்தனர். அன்றைக்கு அவர் ஏற்றிவைத்த தீபம் பெண் கல்வி மீதான நம்பிக்கையைப் பரப்பியபடி இன்றைக்கும் சுடர்விட்டுக்கொண்டிருக்கிறது.

வீடு மட்டுமே அடையாளம் அல்ல:

திருமணம், வீட்டு வேலைகள் மட்டுமே நம் கடமை எனப் பெண்கள் முடங்கிவிடக் கூடாது என்பதில் முத்துலட்சுமி உறுதியாக இருந்ததோடு தன் வாழ்க்கையிலும் அதைச் செயல்படுத்தினார். மதராஸ் மாகாண சட்டமன்ற நியமன உறுப்பினராகவும் பின்னாளில் சட்டமன்ற துணைத் தலைவராகவும் தேர்ந்தெடுக்கப்பட்டவர் முத்துலட்சுமி. உலக அளவில் சட்டமன்ற துணைத் தலைவர் பதவியை வகித்த முதல் பெண்ணும் இவர்தான். சட்டமன்றப் பொறுப்பில் இருந்த காலத்தில் தேவதாசி முறை ஒழிப்பு குறித்து சட்டமன்றத்தில் தீர்மானம் நிறைவேற்றுவதிலும் அதன் மீதான விவாதம் நடத்துவதிலும் தீவிரமாகச் செயலாற்றினார். தமிழகத்தில் தேவதாசி முறை ஒழிக்கப்பட்டதில் இவருக்கும் பங்கு உண்டு.

தேசிய அரசியலிலும் நாட்டமுடையவராக அவர் விளங்கினார். பெண்களுக்காகவும் குழந்தைகளுக் காகவும் தொடர்ந்து குரல்கொடுத்துவந்தார். அதுவே அவரை 'தியசாபிகல் சொசைட்டி'யோடு இணைந்து செயலாற்ற வைத்தது. இந்தியப் பெண்களின் முன்னேற்றத்துக்காகவும் அவர்கள் கல்வி பெறவும் 'இந்தியப் பெண்கள் சங்கம்' (WIA) தியசாபிகல் சொசைட்டி மூலம் உருவாக்கப்பட்டது. அதன் முதல் இந்திய உறுப்பினராக முத்துலட்சுமி நியமிக்கப்பட்டார். இந்தியப் பெண்கள் சங்கம் அந்நாளில் நடத்திவந்த 'ஸ்திரி தர்மா' என்கிற இதழின் ஆசிரியராகவும் முத்துலட்சுமி விளங்கினார். 'பெண்ணியம்' என்பதே புதிய சொல்லாக இருந்த சமூகத்தில் பெண்ணுரிமை குறித்தும் பெண்களின் அரசியல் பங்களிப்பு குறித்தும் 'ஸ்திரி தர்மா' இதழில் எழுதினார். அடக்க ஒடுக்கமாக இருப்பதே பெண்களின் 'தர்மம்' என்று கற்பிக்கப்பட்டுவந்த நிலையில் பெண்கள் தனித்த அடையாளத்தோடு விளங்குவதுதான் உண்மையான 'தர்மம்' எனப் புதிய பாதையை உருவாக்கினார்.

புற்றுநோய்க்கு எதிரான பயணம்:

தன் வாழ்க்கையின் தனிப்பட்ட துயரங்களிலும் புறக் கணிப்புகளிலும் மூழ்கிவிடாமல் அந்த அனுபவங்களை அடித்தளமாகக் கொண்டே சமூகத்துக்குப் பயனுள்ள வகையில் முத்துலட்சுமி செயல்பட்டார். அவருடைய தங்கை சுந்தராம்பாள் புற்றுநோய் தாக்குதலுக்கு ஆளாகித் தன் கண் எதிரிலேயே தாளாத வலியோடு மரணமடைந்தது முத்துலட்சுமியை வெகுவாகப் பாதித்தது. புற்றுநோயால் பலர்

உயிரிழிக்கக் காரணம், தாமதமான நோய் கண்டறிதல்தான் என்பதையும் அவர் உணர்ந்திருந்தார்.

லண்டன் மருத்துவமனை ஒன்றில் புற்றுநோய்க்கு அளிக்கப்பட்ட சிகிச்சை முறைகளைப் பார்வையிட்டுத் திரும்பியவர், இங்கேயும் அப்படி ஒரு மருத்துவமனையைத் தொடங்க வேண்டும் என்று விரும்பினார். அனைத்துத் தரப்பு மக்களுக்குமான மருத்துவமனையாக அது அமைய வேண்டும் என்பதில் அவர் உறுதியாக இருந்தார். மருத்துவமனைக்காக இடம் வேண்டி அப்போதைய தமிழக அமைச்சரவையை அணுகினார். 'இறக்கப்போகிறவர்களுக்கு எதற்கு மருத்துவ மனையும் சிகிச்சையும்?' என்பதாக அமைச்சர் ஒருவரது பதில் அமைந்தது. அதற்குப் பிறகு அமைந்த அமைச்சரவையிலும் முத்துலட்சுமியின் கோரிக்கைக் குப் பலன் இல்லை. அதிகப் பொருள் செலவும் உழைப்பும் தேவைப்படுகிற மருத்துவமனையைத் தன் சொற்ப வருமானத்தில் அவரால் கற்பனை செய்துகூடப் பார்க்க முடியவில்லை.

10

கைகூடிய மருத்துவமனை கனவு

முத்துலட்சுமியின் தங்கை புற்றுநோய் தாக்குதலுக்கு ஆளாகி வலியோடும் வேதனையோடும் அவரது கண் எதிரிலேயே உயிர் துறந்தது அவரை வெகுவாகப் பாதித்தது. அதன் தொடர்ச்சியாகவே புற்றுநோய்க்குச் சிறப்பு மருத்துவமனை அமைக்க அவர் உறுதிபூண்டார். முத்துலட்சுமியின் கணவர் சுந்தரத்தின் மறைவுக்குப் பிறகு சுந்தரத்துக்கு வழங்கப்பட்டுவந்த ஓய்வூதியத்தொகையும் நிறுத்தப்பட்டுவிட, வீட்டு வாடகை மட்டுமே ஒரே வருமானமாக இருந்தது. அந்தத் தொகையை வைத்துக்கொண்டு புற்றுநோய் மருத்துவமனையை எப்படிக் கட்டியெழுப்புவது?

முத்துலட்சுமி தான் சார்ந்திருந்த இந்தியப் பெண்கள் சங்கத்தின் உதவியை நாடினார். மேலும் சில பெண்கள் அமைப்புகளும் இணைய, பொது நிதி திரட்ட முடிவானது. அமெரிக்காவில் மருத்துவ மேற்படிப்பு முடித்துத் திரும்பிய தன் மகன் கிருஷ்ணமூர்த்தியையும் இந்த நிதி திரட்டும் பணியில் முத்துலட்சுமி இணைத்துக்கொண்டார்.

தென்னிந்தியாவின் பெருமிதம்:

புற்றுநோய் மருத்துவமனை அமைப்பதற்கான இடம் கேட்டு

அரசாங்கத்தை அணுகிய முயற்சிகள் எதுவும் பலன் அளிக்காத நிலையில் 1952இல் மதராஸ் மாகாணத்தில் பொறுப்பேற்ற சி.ராஜகோபாலாச்சாரி தலைமையிலான அரசு, முத்துலட்சுமியை சட்டப் பேரவைக்குப் பரிந்துரைக்க விரும்பியது. ஆனால், முத்துலட்சுமியின் விருப்பம் வேறாக இருந்தது. பதவியைவிட மக்கள் நலனே அவரது தேர்வாக இருந்தது. புற்றுநோய் மருத்துவமனைக்கு இடம் ஒதுக்கித் தந்தால் மட்டுமே அரசின் கோரிக்கைக்குத் தன்னால் செவிசாய்க்க முடியும் என்று ஒரு நிபந்தனையை முத்துலட்சுமி விதித்தார். அன்றைய அடையாறு மாவட்டத்தில் பக்கிங்காம் கால்வாயை ஒட்டிய நிலப்பரப்பை ஒதுக்குவதாக அரசு தெரிவித்தது. கட்டுமானப் பணிகளுக்குப் பொருத்தமற்ற அந்த இடத்தை மக்களின் நலன் காக்கும் தன் கனவுக்கான முக்கியமான கருவியாகக் கைகொண்டார்.

அதற்குள் நிதி திரட்டும் பணியும் ஓரளவுக்குக் கைகூடியிருக்க, கட்டுமானப் பணி தொடங்கப்பட்டது. பிறகு இந்திய அரசும், மதராஸ் அரசும் நிதியுதவி அளிக்க, தென்னிந்தியாவின் முதல் புற்றுநோய் மருத்துவமனையான அடையாறு புற்றுநோய் மையம் 1954இல் தொடங்கப்பட்டது. கூரை வேயப்பட்ட மிகச் சிறிய கட்டிடத்தில்தான் மருத்துவமனை செயல்பட்டது. அறுவை சிகிச்சை உபகரணங்கள் சில கடன் வாங்கப்பட்டன. மருத்துவமனையில் சமையலறை இல்லாததால் நோயாளிகளுக்கு முத்துலட்சுமியின் வீட்டில்தான் உணவு தயாரிக்கப்பட்டது. இன்று அடையாறு புற்றுநோய் மையம்

500க்கும் மேற்பட்ட உள்நோயாளிகள் சிகிச்சைபெறும் வகையில் பரந்துவிரிந்திருக்கிறது. புதுக்கோட்டையில் 'தேவதாசி குடும்பத்தைச் சேர்ந்தவள்' என்று முத்திரை குத்தப்பட்டு, சமூகத்தால் புறக்கணிக்கப்பட்ட முத்துலட்சுமி என்கிற சிறுமிக்குக் கிடைத்த கல்விதான் அன்றைய மதராஸில் நிகழ்ந்த பெரும் மாற்றங்களுக்குக் காரணம்.

கல்விதான் அவரைப் பகுத்தறிவாளராகவும் விரிந்த பார்வை கொண்டவராகவும் மாற்றியது. வட இந்தியாவில் பெண் கல்விக்காகப் பாடுபட்ட சாவித்ரிபாய் புலேவும் தமிழகத்தில் பெண் கல்விக்கும் பெண்கள் - குழந்தைகளின் ஆரோக்கியத்துக்கும் புதிய பாதைகளை வகுத்துத்தந்த முத்துலட்சுமியும் பெண்களின் முன்னேற்றம் என்கிற பரந்துவிரிந்த பார்வையில் ஒன்றிணைகிறார்கள். கைம்பெண்கள் குழந்தை பெற்றுக்கொள்ளும் வகையில் இந்தியாவின் முதல் சிசுக்கொலை தடுப்பு இல்லத்தைத் தொடங்கிய சாவித்ரிபாயின் செயலும் அனைத்து சாதிப் பெண்களும் தங்கிப் பயிலும் வகையில் அவ்வை இல்லத்தை அமைத்த முத்துலட்சுமியின் செயலும் வேறல்ல. இருவருமே கல்வி என்னும் கண்கொண்டு உலகத்தைப் பார்த்ததால் விளைந்த நல்விளைவுகள் ஏராளம்.

தடைபோட்ட சமூக அழுத்தங்கள்:

இரண்டு நூற்றாண்டுகளுக்கு முன்பு வரை கல்வி என்பது பெண்களால் தீண்டத்தகாததாகவே கருதப்பட்டது. ராஜபுத்திரர்கள், நாயர்கள், ஜமீன்தார்கள், சமணர்கள் போன்ற சில குறிப்பிட்ட குடும்பங்களைச் சேர்ந்த மிகச் சில பெண்கள் மட்டுமே படிக்கவும் எழுதவும் அறிந்திருந்தனர். அன்றைக்கு நம் சமூகத்தில் நிலவிவந்த மதரீதியான கருத்தாக்கங்களும் பெண் கல்வியைப் பெருமளவில் பாதித்தன. பெண்கள் படிக்க, எழுதக் கற்றுக் கொண்டால் அவர்கள் கைம்பெண்ணாகிவிடுவார்கள் எனவும் பாலியல் தொழில் புரிவோரும் ஆடல் மகளிரும் மட்டுமே கல்வி கற்க வேண்டும் எனவும் அந்தக் காலத்தில் நம்பப்பட்டது.

19ஆம் நூற்றாண்டின் தொடக்கத்தில் பெண் கல்வி அதலபாதாளத்தில் இருந்ததற்கு இதுபோன்ற பிற்போக்குச் சிந்தனைகளும் சமூக அழுத்தமுமே காரணம். 'பிரிட்டிஷ் ஆளுகையின் கீழ் இந்துப் பெண்கள் கல்வி பெறாததற்கு அவர்களது குடும்பங்கள் பாரம்பரியத்தின் பெயரால் விதித்த நிர்ப்பந்தங்களும் காரணம். பொ.ஆ (கி.பி) 1826இல் மதராஸ் மாகாணத்தில் ஆண்களோடு ஒப்பிடுகையில் பெண்களின் எழுத்தறிவு விகிதம் அரை சதவீதம் மட்டுமே' எனத் தான் எழுதிய *The Position of*

Women in Hindu Civilization' நூலில் வரலாற்றாய்வளாரான ஆனந்த் சதாசிவ ஆல்டேகர் குறிப்பிட்டுள்ளார். இப்படியொரு பின்புலத்தில் இருந்துகொண்டு பல்வேறு தடைகளையும் எதிர்ப்புகளையும் கடந்துதான் பெண்கள் அன்றைக்குக் கல்வி பெற வேண்டியிருந்தது.

சமூக அழுத்தங்களால் கல்வி மட்டுமல்ல பெண்களுக்கு அடிப்படை உரிமைகள்கூட மறுக்கப்பட்டன. ஒரு பெண் தன் விருப்பத்துக்கு மாறாகவலுக்கட்டாயமாகத் தன்னைத்தானே மாய்த்துக்கொள்வதுகூட இல்லறக் கடமை என வலியுறுத்தப்பட்டது.

11

கணவனோடு முடிந்துவிடாது பெண்ணின் வாழ்க்கை

வரலாறு எழுதப்பட்ட காலத்தில் இருந்தே பெண்ணுக்கும் ஆணுக்கும் தனித்தனி நியதிகள், இலக்கணங்கள். பெண்ணின் இலக்கணம் அல்லது கடமையாகச் சொல்லப்பட்டவை எல்லாமே அவர்களைப் பிணைக்கும் சங்கிலிகள். ஆனால், அவற்றைத் தங்கள் அடையாளமாகவும் அழகுசேர்க்கும் அணிகலனாகவும் பெண்களே ஏற்றுக்கொள்ளும் வகையில் அவற்றுக்குப் பண்பாட்டு முலாம் பூசப்பட்டது.

இல்லறப் பெண்ணின் கடமையாக இதிகாசங்களிலும் புராணங்களிலும் சமய நூல்கள் சிலவற்றிலும் 'சதி' முன்வைக்கப்பட்டுள்ளது. உண்மையில் அது பெண்களைக் கொல்லும் சதி என்பது தெரிந்தும் அதைக் கேள்விக்குட்படுத்தும் துணிவு அந்நாளில் பலருக்கும் இல்லை. எந்தக் காலம் என்று வரையறுக்க முடியாத காலத்திலிருந்தே கடைப்பிடிக்கப்பட்டுவரும் வழக்கத்தை அந்நாளில் அவ்வளவு எளிதாக யார் எதிர்த்துவிட முடியும்?

'சதி' என்கிற சொல்லுக்குக் கண்ணிய மான தியாகம், புகழ் என்று பொருள் விளக்கம் கூறப்படுகிறது. குறிப்பிட்ட சில சமூகங்களில் கணவனின் இறப்புக்குப் பிறகு பெண்கள் கணவனின் உடலோடு சேர்த்து எரியூட்டப்பட்டுப் புனிதப்படுத்தப்படும் நிகழ்வே 'சதி'. இறப்புக்குப் பிறகும் கணவ னோடு சேர்ந்து வாழும் ஒப்பந்தமாகவும் இது பார்க்கப்பட்டது.

கணவன் கடவுளா?

கணவனையே கடவுளாகப் பார்க்க வேண்டும் என்பதுதான் 'ஸ்த்ரீ தர்மம்'. பதி என்றால் கடவுள்; அப்படியென்றால் பதியான கணவன் கடவுள்தானே. சம்ஸ்கிருதத்தில் கணவன் 'ஸ்வாமி' என்றழைக்கப்படுகிறான். கணவனைக் கடவுளாகப் போற்றுவது 'பதிவிரதம்' என்றால் அந்தக் கடவுள் இவ்வுலகைவிட்டு நீங்கியபிறகு தானும் அவனோடு இறப்பது 'சதிவிரதம்'.

ஒரு பெண் தன் கணவனின் இறப்புக்குப் பிறகு தானும் உயிரோடு அவனது சிதையில் வீழ்ந்து இறப்பதால் கணவனின் பாவங்களும் அவனுடைய குடும்பத்தாரது தீவினைகளும் அகன்றுவிடும் என்று நம்பப்பட்டது. காரணம், நெருப்பு புனிதமானதாகவும் 'சதி' என்பது பெண்களின் கடமையாகவும் பெண்கள் கருத வைக்கப்பட்டனர். காலந்தோறும் தீயிலோ அதற்கு நிகரான செயலிலோ ஈடுபட்டுத் தங்கள் பதிவிரதத்தை நிரூபிப்பது பெண்களின் கடமைதானே. அந்தக் கடமையிலிருந்து விலகும் பெண்களை வலுக்கட்டாயமாகச் சிதையில் தள்ளிக் கொன்ற கொடூரமும் நம் நாட்டில் அரங் கேறியுள்ளது. 'சதி'யை, 'இந்தியாவில் பொதுவெளியில் வெளிப்படையாகக் கடைப்பிடிக்கப்பட்ட சடங்கு' எனத் தங்கள் பயண நூல்களில் அல்பிருனி, இபின் பதூதா போன்றோர் பதிவுசெய்துள்ளனர்.

யாருக்கு விடுதலை?

'சதி' வழக்கம் எப்போது தொடங்கியது என்பதற்கு அறுதியிட்டுச் சொல்லக்கூடிய வரலாற்று ஆவணங்கள் இல்லாத நிலையில் பொ.ஆ.மு. (கி.மு) நான்காம் நூற்றாண்டிலேயே இந்த வழக்கம் நடைமுறையில் இருந்ததாகச் சொல்லப்படுகிறது. கைம்பெண்கள் செய்ய வேண்டிய கடமையாக ரிக் வேதம் குறிப்பிடப்பட்டுள்ள செய்தி கிட்டத்தட்ட 'சதி' நடைமுறையைப் பிரதிபலிக்கிறது. 'கணவன் இறந்தபின் அந்தப் பெண் அழக்கூடாது. வாசனை திரவியங்களைப் பூசிக்கொண்டு நகைகளை அணிந்து கொண்டு துயரங்களில் இருந்து விடுதலை பெற்றுக் கணவன் இருக்கும் இடத்துக்குச் செல்ல வேண்டும்' என்று ரிக் வேதத்தில் குறிப்பிடப்பட்டிருப்பதால் கணவன் இருக்கும் இடம் அவனது சிதை என்றே கொள்ளப்படுகிறது. 'சதி' நடைமுறை மக்களிடையே இருந்ததை அதர்வண வேதமும் உறுதிப்படுத்துகிறது.

இந்தியாவில் பொ.ஆ (கி.பி) 13ஆம் நூற்றாண்டு முதல் 15ஆம் நூற்றாண்டு வரை இது அதிக அளவில் நடைபெற்றிருக்கிறது. நேபாளத்திலும் இன்றைய ராஜஸ்தான், மத்தியப் பிரதேசம் உள்ளிட்ட வட இந்தியப் பகுதிகளில் 'சதி' நடைமுறையில் இருந்தது. தென்னிந்தியாவில் விஜயநகரப் பேரரசு உள்ளிட்ட குறிப்பிட்ட சில பகுதிகளிலும் 'சதி' கடைப்பிடிக்கப்பட்டது. காக்கத்தியர்கள் ஆட்சிக் காலத்தில் ஏராளமான சதி சம்பவங்கள் நடைபெற்றிருப்பதை இன்றைய ஆந்திரப் பிரதேசத்தில் உள்ள பொன்னுருவில் கிடைத்த கல்வெட்டுத் தகவல் உறுதிப்படுத்துகிறது. இந்தியா வில் மட்டுமல்லாமல் கிரேக்கம், எகிப்து, சீனா, அமெரிக்க இந்தியர்கள் மத்தியிலும் அந்நாளில் 'சதி' வழக்கம் நடைமுறையில் இருந்ததாகக் கூறப்படுகிறது.

ஆண் தோற்றால் பெண்ணுக்குத் தண்டனை:

கணவனுக்காகத் தன்னை அழித்துக் கொண்ட முதல் பெண் 'சதி மாதா' என நம்பப்படுகிறது. இதையொட்டி பல்வேறு புராணக் கதைகள் நாடு முழுவதும் நிலவுகின்றன. சதிக்கு நிகரான ஜோஹர் (Jauhar) வழக்கமும் அந்நாளில் வட இந்திய அரச வம்சத்தினரிடையே நிலவியது. குறிப்பாக ராஜபுத்திர வம்சத்தின் அடையாளமாக இது விளங்கியது. போரில் தங்கள் நாட்டு மன்னர்கள் தோல்வியுற்றால் தோற்றுவிட்ட நாட்டைச் சேர்ந்த பெண்கள் எதிரிகளிடம் இருந்து தங்களைக் காத்துக்கொள்வதற்காகக் கூட்டமாகத் தீயில் விழுந்து தங்களை அழித்துக்கொள்வது உண்டு. ஜோஹர் எனப்படும் இதுவும் ஒரு வகையில் 'சதி'யே. கண்ணியமான

வாழ்க்கை மறுக்கப்படுகிறபோது உயிரை மாய்த்துக்கொள்வது மேல் என்று அந்தப் பெண்கள் கருதினார்கள். போர்க்களத்தில் வெற்றிபெறுகிறவர்கள் தோல்வியுற்ற நாட்டுடன் சேர்த்து அந்த நாட்டுப் பெண்களையும் தங்கள் உடைமையாகப் பாவிக்கும் செயலின் மிக மோசமான விளைவுகளுள் ஒன்றுதான் பெண்கள் தங்களைத் தீயிலிட்டு அழித்துக்கொள்வது.

உடைமைச் சமூகத்தின் இழிவுகளின் தொடர்ச்சியாகவும் 'சதி'யைப் புரிந்து கொள்ளலாம். அந்தக் காலத்தில் மன்னர்கள் இறந்துவிட்டால் அவர்களது உடைமைகளையும் அவர்களுக்குச் சேவகம் செய்தவர்களையும் அவர்க ளோடு சேர்த்துப் புதைப்பதை வழக்கமாக வைத்திருந்தார்கள். அதன்படிதான் கணவன் இறந்ததும் அவனுடைய உடைமைப் பொருளான பெண்ணும் தீயுனுள் தள்ளப்பட்டாள். பெண்கள் விரும்பித்தான் தங்களை மாய்த்துக்கொண்டார்கள் என்று சொல்லப்பட்டாலும் சமூக நிர்பந்தமே அவர்களை இறப்பை நோக்கித் தள்ளியது. பெண்கள் தங்களையே அழித்துக்கொள்ளும் 'சதி' என்பது அவர்களின் வாழ்வுரிமைக்கு எதிரானது.

மதரீதியான நம்பிக்கை, சமூக அழுத்தம், கல்வியறிவின்மை போன்றவையே அன்றைக்கு நிலவிய 'சதி'க்குக் காரணம். கணவனுக்குப் பிறகு ஒரு பெண்ணுக்கு வாழ்க்கையே இல்லை என்று சொல்லி அவர்களைக் கொல்லும் வழக்கத்துக்கு எதிராக இந்தியாவில் இருந்து ஒரு குரல் ஒலித்தது.

12

பெண்ணைத் தெய்வமாக்கும் சதி

இந்தியாவின் குறிப்பிட்ட சில இனங்களைச் சேர்ந்த பெண்களின் இல்லறக் கடமையாகச் சொல்லப்பட்ட 'சதி'யைப் போருக்குப் பிந்தைய சூறையாடல்களில் இருந்து தங்களைக் காத்துக்கொள்வதற்கும் அந்நாளில் பெண்கள் கைகொண்டது வேதனையானது. சில நேரம் மன்னர்களின் இறப்பைத் தொடர்ந்து அரசக் குடும்பத்தைச் சேர்ந்த பெண்கள் தங்களை மாய்த்துக்கொண்ட கொடுமையும் நடந்திருக்கிறது. நெசவாளர், நாவிதர் போன்ற உழைக்கும் சமூகத்தைச் சேர்ந்த பெண்கள் மத்தியிலும் அன்றைக்கு 'சதி' நடைமுறையில் இருந்துள்ளது.

1724இல் ஜோத்பூர் மார்வார் அஜித் சிங்கின் மரணத்துக்குப் பிறகு 66 பெண்களும் பூந்தி அரசர் புத் சிங்கின் மரணத்தைத் தொடர்ந்து 84 பெண்களும் 'சதி'க்குத் தங்களைப் பலிகொடுத்தனர். ராஜபுத்திரர்கள் மட்டுமல்லாமல் சீக்கியர்கள், மராட்டியர்களில் சில பிரிவினர் மத்தியிலும் 'சதி' வழக்கத்தில் இருந்தது. 'சதி' வழக்கத்தைக் கண்டித்ததோடு அதைச் சீக்கியர்கள் மத்தியில் தடைசெய்வதாக மூன்றாம் சீக்கிய குரு அமர்தாஸ் வலியுறுத்தியபோதும் ராஜா ரஞ்சித் சிங் இறந்தபோது 11 பெண்கள் தங்களை 'சதி'யின் பெயரால் மாய்த்துக்கொண்டனர்.

ஆண்கள் துணைநிற்க வேண்டும்

அந்நியர்கள் தங்கள் மண்ணில் நுழைந்த தற்காகப் பெண்கள் மடிய, அந்த அந்நியர்களே 'சதி'க்கு எதிரான நடவடிகைகளில் ஈடுபட்டது முரண். இந்தியாவில் முஸ்லிம்களும் நிஜாம் மன்னர்களும் 'சதி' நடைமுறைக்கு எதிர்ப்புத் தெரிவித்து அதற்கு எதிரான உத்தரவுகளைப் பிறப்பித்தனர். பெண்களின் விருப்பத்தோடுதான் 'சதி' கடைபிடிக்கப்படுகிறதா என்பதைக் கண்காணிக்க ஒரு குழுவை அக்பர் நியமித்திருந்தார். அரசின் அனுமதிப் பத்திரம் இருந்தால்மட்டுமே 'சதி'யை நிறைவேற்ற முடியும் என முகாலய மன்னர்கள் சிலர் உத்தரவிட்டனர். பாம்பே அரசு 1800களில் குஜராத்தின் அரச குடும்பத்தினர் மத்தியில் 'சதி' கடைபிடிக்கப்படுவதற்குத் தடை விதித்தது. ஆனால், இது போன்ற உத்தரவுகளுக்கும் கட்டுப்பாடுகளுக்கும் பலத்த எதிர்ப்பு நிலவியது. இது தங்களது பண்பாட்டோடு நேரடியாகத் தொடர்புடையது என இந்திய அரசக் குடும்பத்தினர் வாதிட்டனர்.

19 ஆம் நூற்றாண்டில் பிரிட்டிஷ் ஆட்சிக் காலத்தின்போது சீர்திருத்தவாதிகள் அன்றைக்கு நிலவிய பல்வேறு சமூகக் கொடுமைகளுக்கு எதிராகப் போராடினர். அப்படி ஓங்கி ஒலித்த குரல்களில் முக்கியமானது சீர்திருத்தவாதி ராஜா ராம்மோகன் ராயின் குரல். பெண்களின் விடுதலை பெண்களால் மட்டும் சாத்தியப்படாத

சூழல்களில் ஆண்களின் பங்களிப்பு அவசியமாகிறது. காரணம், இது பெண்களின் பிரச்சினை மட்டுமல்ல; சமூகப் பிரச்சினை. பெண்களின் விடுதலைக்காக ஆண்கள் பேசுவதுகுறித்து 'பூனைகளால் எலிகளுக்கு விடுதலை உண்டாகுமா, எங்காவது நரிகளால் ஆடு, கோழிகளுக்கு விடுதலை உண்டாகுமா?' என்று விமர்சித்த பெரியார்கூடப் பெண்கள் பொதுவெளிக்கு வருவதற்கும் மாநாடுகளில் பங்கேற்பதற்கும் ஆண்கள் துணைநிற்க வேண்டும் என்றார். ஆண்கள் அதைத் தங்கள் கடமையாகச் செய்ய வேண்டும் என்றார்.

சீர்திருத்த குரல்

பெண்களின் உரிமைக்காகவும் முன்னேற்றத்துக்காகவும் வட இந்தியாவில் பாடுபட்டவர் ராஜா ராம்மோகன் ராய். சமய சீர்திருத்தத்தையும் சமூக சீர்திருத்தத்தையும் வலியுறுத்தியவர் அவர். குறிப்பாகப் பெண்கள் மீதான ஒடுக்குமுறைக்கு எதிராகப் போராடினார். குழந்தைத் திருமணத்தையும் பலதார மணத்தையும் எதிர்த்த அவர், கைம்பெண் மறுமணத்தை ஆதரித்தார். பெண்கள் அறிவுத்தளத்திலும் சமூக அளவிலும் ஆணுக்குக் கீழானவர்கள் அல்லர் என்று தொடர்ந்து பரப்புரை செய்தார். பெண்களுக்கு வாரிசுரிமையும் சொத்துரிமையும் வேண்டும் என ஒலித்த குரலும் இவருடையதுதான். மேற்கத்திய கல்வி முறையை ஆதரித்து, கல்கத்தா இந்துக் கல்லூரியின் வளர்ச்சிக்குப் பாடுபட்டார். பின்னாளில் அது மாநிலக் கல்லூரியாக வளர்ச்சியடைந்தது.

1811இல் அவருடைய சகோதரரின் இறப்புக்குப் பிறகு சகோதரரின் மனைவியும் சகோதரரின் சடலத்தோடு சேர்த்து எரித்துக் கொல்லப்பட்டது ராஜா ராம்மோகன் ராயைப் பதறச் செய்தது. அதைத் தடுக்க முடியாத கையறு நிலையில் இருந்தவர், அதன் பிறகு 'சதி'க்கு எதிராகப் போராடத் தொடங்கினார். மக்களிடம் அது குறித்த விழிப்புணர்வை ஏற்படுத்தும் செயல்களில் ஈடுபட்டார். அப்போதைய பிரிட்டிஷ் கவர்னர் வில்லியம் பெண்டிங் 'சதி'யைத் தடைசெய்யும் வகையில் 'வங்க சதி ஒழுங்குமுறைச் சட்ட'த்தை 1829இல் நிறைவேற்றியதற்கு ராஜா ராமின் தொடர்ச்சியான செயல்பாடுகளும் முக்கியக் காரணம். 'சதி' சட்ட விரோதமானது என அறிவிக்கப்பட்டது. அதன் பிறகும் அந்த நடைமுறை தொடர்ந்தது.

புனிதப்படுத்தப்படும் குற்றங்கள்

1847இல் ஹைதராபாத் நிஜாம் 'சதி'யைத் தடை செய்ய, அது நடைமுறைப்படுத்தப்படவில்லை. காரணம், நிஜாம் அரசு இந்துக்களின் சமயச் சடங்குகளில் தலையிடுவதில்லை என ஒப்பந்தம் செய்திருந்தது.

ஆனால், கைம்பெண் தன்னை அழித்துக்கொள்வதை உறவினர்கள் தடுக்க வேண்டும் எனவும் உறவினர்களோடு செல்ல மறுக்கும் பெண்கள் குறித்து அரசுக்குத் தகவல் தெரிவிக்க வேண்டும் என்றும் அறிவிக்கை வெளியிட்டது. அவற்றைத் தடுக்காத அதிகாரிகள் மீது நடவடிக்கை எடுக்கப்படும் என்பதால் 'சதி'யைக் கண்காணிப்பது அதிகாரிகளின் கடமையாகிவிட்டது. கிறிஸ்தவ அமைப்பினரும் சதிக்கு எதிராகக் குரல் கொடுத்தனர்.

சதியைக் கைவிடும்படி அரசர்களை அன்றைய பிரிட்டிஷ் அரசு 1862இல் கேட்டுக் கொண்டது. அப்போதைய பிரிட்டிஷ் ராணுவத் தலைமை அதிகாரி ஜெனரல் சார்லஸ் நேப்பியர், 'சதி' சடங்கை நடத்திவைக்கும் மதகுருவைத் தூக்கிலிட உத்தரவிட்டார். அதன் பிறகும் அங்கொன்றும் இங்கொன்றுமாக 'சதி' நடைமுறையில் இருந்தது.

பல நூறு ஆண்டுகளுக்கு முன்பு நடந்த இறப்புகளுக்கும் இன்றைய பெண்களின் வாழ்க்கைக்கும் என்ன தொடர்பு என நாம் யோசிக்கலாம். பெண்களைச் சுற்றி எழுப்பப்பட்டிருக்கும் சுவர்கள் காலந்தோறும் நவீனப்படுத்தப்பட்டுவருகின்றன. அவற்றை நாம் மறுத்துவிடக் கூடாது என்பதற்காக 'கலாச்சார' வெள்ளையடிக்கும் வேலைகள் நடந்தபடி இருக்கின்றன. 'சதி'யும் அப்படித்தான் புனிதப்படுத்தப்பட்டது. பெண்கள் 'சதி' சடங்கின்போது தங்கள் கைகளின் அடையாளத்தைச் சுவரில் பதித்துச் செல்வார்கள். அவற்றின் எச்சங்களைத் தாங்கிய கோட்டைச் சுவர்கள் வட இந்தியாவில் உண்டு. சில வட இந்தியக் குடும்பங்களில் திருமணம் முடித்து, புகுந்த வீட்டுக்கு வரும் பெண்ணுக்குச் செய்யப்படும் சடங்குகளில் குங்குமம் கரைத்த ஆரத்தி நீரில் கைகளை நனைத்து அதை வீட்டுச் சுவரில் பதிக்கும் வழக்கம் நடைமுறையில் இருக்கிறது.

எந்தவொரு சடங்கையும் புனிதப்படுத்தி விட்டால் அதை யாரும் கேள்வி கேட்க முடியாது என்பதாலேயே பெண்களுக்கு எதிரான கொடுமைகள் புனிதப்படுத்தப்பட்டுத் தொடர்கின்றன. பெண்களைக் கொன்றுவிட்டு அவர்களைத் தெய்வமாக்கி வணங்குவது நம் பண்பாட்டின் அங்கமாகவே இருந்திருக்கிறது. 'சதி'க்குத் தங்களைப் பலியிடும் பெண்களுக்கும் கோயில்கள் எழுப்பப்பட்டுள்ளன. தெய்வ நிலையை அடைய விரும்பும் பெண்களின் விருப்பத் தேர்வாக 'சதி'யை மாற்றும் உத்தி இது. பிரிட்டிஷ் காலத்தில் ஏற்படுத்தப்பட்ட 'சதி' தடைச் சட்டம் ஒரு நூற்றாண்டு கழித்து மீண்டும் பேசுபொருளானதற்கு 18 வயதுப் பெண் ஒருவர் காரணமாக இருந்தார்.

13

சதி மாதா ரூப் கன்வர்?

அந்தப் பெண்ணின் பெயர் ரூப் கன்வர். 18 வயது ரூப் கன்வருக்கும் 24 வயது மால் சிங் ஷெகாவத்துக்கும் 1987 ஜனவரி 17இல் திருமணம். மணம் முடித்து ராஜஸ்தான் மாநிலம் சிகார் மாவட்டத்தில் இருக்கும் தியோராலா கிராமத்துக்கு ரூப் கன்வர் குடிபெயர்கிறார். கோடிக்கணக்கான இந்தியப் பெண்களின் புகுந்த வீட்டுக் கனவுகளைபோல்தான் புது வாழ்க்கை குறித்த கற்பனைகளோடு ரூப் கன்வரும் தியோராலாவுக்கு வந்திருப்பார். ஆனால், எட்டே மாதங்களில் தன் வாழ்க்கை முடிந்துவிடக்கூடும் என்று அவர் நினைத்திருக்க மாட்டார்.

ராஞ்சியில் செல்வச் செழிப்பான குடும்பத்தில் பிறந்த ரூப் கன்வர், பத்தாம் வகுப்பு வரை படித்திருக்கிறார். 1987 செப்டம்பர் 3 அன்று தனக்கு வயிற்று வலி என்று சொன்ன ரூப் கன்வரின் கணவர், மறுநாள் இறந்துவிட்டார். அதன் பிறகு நடந்தவற்றை அந்த ஊர் மக்கள் சொன்னதாகப் பத்திரிகைகளில் பதிவான செய்தி இது:

'கணவர் இறந்த அதிர்ச்சியில் இருந்து மீள முடியாத ரூப் கன்வர், கணவனோடு சேர்ந்து தானும் உயிர் துறக்க முடிவு செய்தார். தங்கள் குல வழக்கப்படி தன்னை மணப்பெண் போல் அலங்கரித்துக்கொண்டார். கணவனின் சடலத்தைத் தன் மடி மீது கிடத்திக்கொண்டு, கைகளை

உயர்த்தி ஊர் மக்களை வாழ்த்தினார். பிறகு கணவன் சிதையில் தானும் வீழ்ந்து இறந்துபோனார்'.

ரூப் கன்வர் இறந்த செய்தி செப்டம்பர் 5 அன்று நாளிதழ் ஒன்றில் வெளியானது. அதைப் பார்த்தே தங்கள் மகள் இறந்த செய்தியை அவருடைய பெற்றோர் அறிந்துகொண்டனர். ஆரம்பத்தில் தங்கள் மகளின் மரணத்தில் சந்தேகம் இருப்பதாக நினைத்த அவர்கள், மால் ஷெகாவத்தின் கிராமத்துக்குச் சென்று விசாரித்தபோது ஊரே ரூப் கன்வரைக் கொண்டாடியது. உடனே தங்கள் மகள் அவளாக விரும்பித்தான் இறந்திருப்பாள் என்கிற முடிவுக்கு அவர்கள் வந்துவிட்டனர்.

ரூப் கன்வரை 'சதி மாதா'வாகக் கொண்டாடியதுதான் இந்த விஷயம் வெளியுலகத்துக்குத் தெரிய காரணமாக அமைந்தது. ரூப் கன்வர் இறந்ததும் அவருக்குக் காணிக்கை அளிக்கப் பலரும் தேங்காய்களை வாங்கினர். அதிக அளவில் தேங்காய் விற்பனை ஆவதை அறிந்த உள்ளூர் வருவாய் அதிகாரிதான் விஷயத்தைக் காவல்துறையினரின் கவனத்துக்குக் கொண்டுசென்றார். அவர்கள் வந்து பார்த்த பிறகே ரூப் கன்வர் உயிருடன் எரிக்கப்பட்டது தெரியவந்தது.

விடையில்லாக் கேள்விகள்

இந்தச் சம்பவம் குறித்து அன்றையபம்பாய் பத்திரிகையாளர் சங்கத்தைச் சேர்ந்த மூன்று பெண் பத்திரிகை யாளர்கள் விசாரிக்கச் சென்றனர். அவர்கள் எழுப்பிய கேள்விகள், ரூப் கன்வரின் மரணத்தில் புதைந்திருந்த சந்தேக முடிச்சுகளை வெளிக் கொணர்ந்தன. ஜனவரி மாதம் திருமணம், செப்டம்பரில் ரூப் கன்வரின் கணவர் இறந்துவிடுகிறார். இந்த இடைப்பட்ட எட்டு மாதங்களில் பெரும்பாலும் தன் பெற்றோர் வீட்டில்தான் ரூப் கன்வர் தங்கி யிருந்தார். அதிகபட்சமாக 20 நாள்கள் மட்டுமே அவருடைய புகுந்த வீட்டில் இருந்திருக்கிறார். இந்த மூன்று வார வாழ்க்கைப் பயணமா கணவனுக்காக உயிரையே தருகிற அளவுக்கு ரூப் கன்வரை முடிவெடுக்க வைத்திருக்கும்? அந்தக் கிராமத்தில் ஒருவர்கூட,ரூப் கன்வர் சுயவிருப்பத்தின் பேரில்மாய்த்துக்கொண்டதைப்

பார்க்க வில்லை என்று சொல்லியிருக்கின்றனர். இந்தச் சம்பவத்துக்குப் பிறகு ரூப் கன்வரின் மரணம் புனிதப்படுத்தப்பட்ட விதமும் அரசியல் தலையீடுகளும் சந்தேகத்தை வலுப்படுத்தியதாக அந்தப் பத்திரிகையாளர்கள் தங்கள் கள ஆய்வு அறிக்கையில் குறிப்பிட்டுள்ளனர்.

இந்த மரணத்தை 'சதி' எனப் புனிதப்படுத்துவதை எதிர்த்துப் பெண்ணிய அமைப்பினரும் நாடாளுமன்ற உறுப்பினர்கள் சிலரும் குரல்கொடுத்தனர். அதற்குள் ரூப் கன்வருக்குக் கோயில் எழுப்ப நிதி வசூல் தொடங்கிவிட்டது. செங்கற்களால் சிறு அடித்தளமும் எழுப்பப்பட்டுவிட்டது. இதுபோன்ற செயல்கள் பெண்ணின் வாழ்வுரிமையைப் பறித்துவிடும் என்பதோடு கணவன் இறந்த பிறகு பெண்கள் தங்களை மாய்த்துக்கொள்ளும் கட்டாயத்துக்கு ஆளாகக்கூடும் என்பதால் அப்போதைய மத்திய அரசு இதற்கு எதிர்ப்பு தெரிவித்தது. ஆனால், அன்றைய ஜனதா கட்சியின் ராஜஸ்தான் மாநிலத் தலைவர் கல்யாண் சிங் கால்வி, இந்தப் பிரச்சினையை ராஜபுத்திரர்களின் பண்பாட்டு அம்சமாக முன்வைத்தார். இதனைத் தொடர்ந்து ரூப் கன்வரின் மரணம் நாடு முழுவதும் விவாதத்தைக் கிளப்பியது.

சட்டமும் பண்பாடும்

ரூப் கன்வரின் மரணத்தைப் புனிதப்படுத்துவதோ அதை 'சதி' எனக் கொண்டாடுவதோ கோயில் எழுப்புவதோ கூடாது என 1987 செப்டம்பர் 15ஆம் தேதி ராஜஸ்தான் மாநில உயர் நீதிமன்றம் தடைவிதித்தது.

ஆனால், அதையும் மீறி அக்டோபர் 28 அன்று 'தர்ம ரக்ஷா சமிதி' சார்பில் மாபெரும் ஊர்வலம் நடத்தப்பட்டது. 'ஜெய் சதி மாதா' என்கிற முழக்கத்துடன் பலர் அதில் பங்கேற்றனர். ரூப் கன்வர் இறப்புக்குப் பிறகு சில சடங்குகளை நடத்துவது குறித்து அப்போது பேட்டியளித்த கல்யாண் சிங் கால்வி, "யார் இறந்தாலும் 12 நாள்கள் கழித்துச் சடங்கு செய்வது எங்களது வழக்கம். அதைத்தான் ரூப் கன்வர் விஷயத்திலும் கடைபிடிக்கிறோம். உத்தரப் பிரதேசத்திலும் மத்தியப் பிரதேசத்திலும் இதுபோல் பெண்கள் பலர் உடன்கட்டை ஏறுகிறார்கள். சமணர்கள் உண்ணா நோன்பிருந்து உயிர் துறக்கிறார்கள். புத்தத் துறவிகள் தங்களைத் தாங்களே அழித்துக் கொள்கி றார்கள். அதையெல்லாம் விட்டுவிட்டு இதை மட்டும் ஏன் பிரச்சினையாக்க வேண்டும்? கணவன் இறந்த பிறகு கைம்பெண் உயிர் துறப்பது எங்கள் பண்பாடு. அவர்கள் சதி மாதாவாகப் போற்றப்படுவார்கள். 'சதி'யும் 'சக்தி'யும் எங்கள் பண்பாட்டின் அங்கம், சட்டம் இதில் தலையிட முடியாது" என்று குறிப்பிட்டார்.

இந்தியச் சுதந்திரத்துக்குப் பிறகு பெண்கள் மிக உயர்வான நிலையை எட்டிவிட்டார்கள் என்று நாம் நம்பிக்கொண்டிருந்த நேரத்தில்தான் பெண்கள் மீது சுமத்தப்பட்ட பழமைவாத அடக்குமுறைக்குப் பலி கொடுக்கப் பட்டார் ரூப் கன்வர். தன் விருப்பத்துக்கு மாறாக வலுக்கட்டாயமாக இழுத்துச் செல்லப்பட்டு அவர் கொல்லப்பட்டார் என்கிற தகவலை தியோராலா கிராமத்தைச் சேர்ந்த சிலர் பத்திரிகை யாளர்களிடம் தெரிவித்தனர்.

ராஜஸ்தானில் ஏதோவொரு கிராமத்தில் ஒரே ஒரு பெண் கொல்லப் பட்டது அல்லது தானாக முன்வந்து தன்னை மாய்த்துக்கொண்டது எப்படிப் பெண்களின் முன்னேற்றத்துக்குத் தடையாக இருக்கும் எனத் தோன்றலாம். பெண்களுக்கு நிகழும் அல்லது பெண் கள் மீது திணிக்கப்படும் எதுவும் தனித்த நிகழ்வல்ல. இந்தியச் சுதந்திரத்துக்குப் பிறகு ராஜஸ்தானில் 'சதி'யின் பெயரால் கொல்லப்பட்ட 38ஆவது பெண் ரூப் கன்வர்.

14

யாருக்குத் தங்களை நிரூபிக்க வேண்டும் பெண்கள்?

ஒரு பெண்ணின் சந்தேகத்துக்குரிய மரணத்தையொட்டி சட்டென்று கட்டியெழுப்பப்படுகிற புனித பிம்பம், பெரும்பாலானோரை வாயடைக்கச் செய்துவிடுகிறது. ரூப் கன்வர் மரணத்தில் நடந்ததும் அதுதான். பம்பாய் பத்திரிகையாளர்கள் சங்கத்தைச் சேர்ந்த மீனா மேனன், கீதா சேஷு, சுஜாதா ஆனந்தன் ஆகிய மூவரும் ரூப் கன்வரின் கிராமத்துக்குச் சென்று தகவல்களைச் சேகரித்து வெளியிட்ட ஆய்வறிக்கையும் அதைத்தான் வழிமொழிகிறது.

ரூப் கன்வரின் மரணத்தில் பலரும் முன்னுக்குப் பின் முரணான தகவல்களைச் சொன்னபோது, வெகு சிலர் அந்த நிகழ்வை அளவுக்கு அதிகமாகப் புனிதப்படுத்திப் பேசியுள்ளனர். 1987 செப்டம்பர் 4 அன்று ரூப் கன்வர் 'சதி'க்குப் பலியானதைத் தொடர்ந்து இந்த மூன்று பெண் பத்திரிகையாளர்களும் தியோராலா கிராமத்துக்குச் சென்றனர். ரூப் கன்வர் தீயில் பொசுங்கிய இடம் அவர்கள் சென்றபோது 'சதி தலமா'க மாற்றப்பட்டு வழிபாடு நடைபெற்றுக்கொண்டு இருந்திருக்கிறது. செங்கற்களால் சிறிய மேடை எழுப்பப்பட்டு அதன் மேல் காவி வண்ணத் துணி போர்த்தப்பட்டு இருந்ததாம். ஆட்டோ, கார், பேருந்து, ஒட்டகம் என வெவ்வேறு வாகனங்களில் வெளியூர் மக்கள் 'சதி தல'த்தைப் பார்வையிட வந்தவண்ணம் இருந்தனர். ஏழு ராஜபுத்திர இளைஞர்கள்

கையில் வாளோடு அந்தச் செங்கல் அமைப்பைச் சுற்றி வலம்வந்தபடி இருந்தனர்.

வாக்குமூலங்கள் பலவிதம்

தியோராலா கிராமத்தில் இருந்து இரண்டு மணி நேரப் பயணத் தொலைவில் ரூப் கன்வரின் பிறந்த வீடு இருந்தபோதும் அவர்களுக்கு ஏன் ரூப் கன்வரின் 'சதி' முடிவு குறித்துத் தகவல் தெரிவிக்கப்படவில்லை என்பதும், ரூப் கன்வரின் கணவன் மால் சிங்கை அருகில் உள்ள ஜெய்ப்பூர் மருத்துவமனைக்கு அழைத்துச் செல்லாமல் ஏன் சிகாருக்கு அழைத்துச் செல்ல வேண்டும் என்பதும் பத்திரிகையாளர்களின் சந்தேகத்தை வலுப்படுத்தின. இது குறித்து அவர்கள் கிராம மக்களிடம் விசாரித்தபோது ஒருவர்கூட வாய் திறக்கவில்லை. சம்பவம் நடந்தபோது ஊரில் இல்லாத காங்கிரஸ் கட்சி ஊழியர் ஒருவர் தன் உறவினர் சொன்னதாக ஒரு தகவலைப் பகிர்ந்துகொண்டார். "மால் சிங்கின் உடல் வீட்டுக்கு எடுத்துவரப்பட்டதும் 'சதி' குறித்து அவருடைய பெற்றோர் பேசியிருக்கின்றனர். அதைக் கேட்ட ரூப் கன்வர் பயந்துபோய் வீட்டுக்கு அருகில் இருந்த வைக்கோல் போருக்குள் சென்று ஒளிந்துகொண்டார். பிறகு அவரை வலுக்கட்டாயமாக இழுத்துக்கொண்டுவந்து 'சதி' சடங்கை நிறைவேற்றியிருக்கிறார்கள்." உள்ளூர்ப் பத்திரிகையாளராகத் தன்னை அறிமுகப்படுத்திக்கொண்ட ஒருவர், 'சிதையைவிட்டு ரூப் கன்வர் வெளியேறிவிடாத வகையில் சிதையைச் சுற்றி ராஜபுத்திர இளைஞர்கள் காவலுக்கு நின்றிருந்ததாகத் தெரிவித்தார். மற்றொரு இளைஞரோ ரூப்

கன்வரின் வாயில் நுரை தள்ளியிருந்ததாகச் சொன்னார்.

தர்க்கபூர்வமாக விளக்க முடியாத எதையுமே கேள்விக்கு அப்பாற்பட்ட கடவுளோடு முடிச்சுப்போட்டுவிட்டால் யாரும் அதை எதிர்க்க மாட்டார்கள் என்பது ரூப் கன்வர் விஷயத்திலும் உறுதிபடுத்தப்பட்டது. ராஜஸ்தான் மாநில ஜனதா கட்சித் தலைவர் கல்யாண் சிங் கால்வி இது குறித்துப் பெண் பத்திரிகையாளர்களிடம் உணர்வுபொங்கப் பேசியிருக்கிறார். "சதி சடங்கை நிறைவேற்றுவது என ரூப் கன்வர் முடிவெடுத்ததுமே அவர் உடலே சுடர்விடுவதுபோல் அனல் வீசியது. அவரை நெருங்குவதற்கே பலரும் தயங்கினர். அவருடைய உறவினர் ஒருவர் ரூப் கன்வரைத் தொட முயன்றபோது அவரது கை தீ பட்டதுபோல் ஆனதாம்" எனச் சிலாகித்துச் சொல்லியிருக்கிறார்.

ரூப் கன்வர் சிதையிலிருந்து விழுந்து "காப்பாற்றுங்கள்" என்று அலறியதாகச் சிலர் சொல்ல, "இல்லை. அவர் மம்மி, டாடி என்றுதான் அலறினார்" என்று மற்றொரு தரப்பு வாதிட்டது. ரூப் கன்வரின் புகுந்தவீடோ, "என்னை மன்னித்துவிடுங்கள். உங்களுக்குச் சேவை செய்ய முடியாத நிலைக்கு ஆளாகிவிட்டேன்" என்று அவர் சொன்னதாகத் தெரிவித்தது. "ரூப் கன்வர் படித்த பெண் என்பதால் தன் மாமனார், மாமியாரைத்தான் டாடி, மம்மி என விளித்திருப்பார்" என கல்யாண் சிங் கால்வி அப்போது தெரிவித்திருந்தார்.

கொல்வது குற்றமே

ஆனால், இது வரதட்சிணையை மையமாகக் கொண்ட கொலையாக இருக்கக்கூடும் என ராஜஸ்தான் மாநிலத்தின் அன்றைய காவல்துறைத் தலைவர் குமார் தெரிவித்திருந்தார். "ராஜபுத்திரர்களின் வழக்கப்படி வாரிசு இல்லாத நிலையில் ஓர் ஆண் இறந்தால் அவருடைய மனைவி தான் கொண்டுவந்த நகைகளோடு பிறந்த வீட்டுக்குச் செல்லலாம். ரூப் கன்வர் அதிக நகைகளோடும் வீட்டு உபயோகப் பொருள்களோடும் மணம் முடித்துக் கொடுக்கப்பட்டிருக்கிறார். அதனாலேயே அவர் அவசர அவசரமாகச் சிதையில் தள்ளப்பட்டிருக்கலாம். 'சதி'யைக் குற்றமென்று சட்டத்தில் நேரடியாகக் குறிப்பிடப்படாவிட்டாலும் அந்த நடைமுறைக்கு ஒரு பெண்ணைப் பலிகொடுப்பதே குற்றம்தான்" என்று அவர் தெரிவித்திருந்தார்.

ரூப் கன்வரின் மரணத்தோடு தொடர்புடையவர்கள் என ஆறு பேர் மீது உடனடியாக வழக்குப் பதியப்பட்டது. பிறகு கொலையைத் தடுக்காதவர்கள் அல்லது அதற்கு உடந்தையாக இருந்தவர்கள் என 32

பேர் மீதும், ‘சதி’யைப் புனிதப்படுத்தியதாக ஓராண்டு கழித்து 45 பேர் மீதும் காவல் துறையினர் வழக்குப் பதிந்து விசாரணை நடத்தினர். போதுமான சாட்சியங்களும் ஆதாரங்களும் இல்லாத நிலையில் 1996ஆம் ஆண்டு சிலரும் 2004இல் சிலரும் விடுதலை செய்யப்பட்டனர். இதுதான் ரூப் கன்வரின் மரணத்துக்கு நாம் அதிகபட்சமாக வழங்கிய நீதி!

தலைமுறை தலைமுறையாக

இவ்வளவுக்குப் பிறகும் ரூப் கன்வரின் வீட்டை இன்றைக்கும் பலர் தரிசித்துவிட்டுச் செல்கிறார்கள். விதவிதமான கதைகள் ரூப் கன்வரைச் சுற்றி அரண்களாக எழுப்பப்பட்டு அவரது தெய்விக அந்தஸ்து காக்கப்படுகிறது. சிறு வயது முதலே தெய்வ பக்தி கொண்ட ரூப் கன்வர், போலியோவையும் கண் நோய்களையும் தீர்த்ததாகப் பல கதைகள் அங்கே வலம்வருகின்றன. ஏழு மாத கர்ப்பிணி ஒருவர் ரூப் கன்வர் இறந்த இடத்துக்கு பல கி.மீ. பயணம் செய்து வந்து அவரை ‘சதி மாதா’வாக வணங்கிச் செல்வது எதனால்? காலம் காலமாக நம் மனங்களில் விதைக்கப்பட்டிருக்கும் பிற்போக்குச் சிந்தனைகளால். ‘கணவனை இழந்த பெண்களுக்கு அந்த உறவை வேறு யாராலும் நேர்செய்துவிட முடியாது’ என்று பெண்களுக்கு வெகு எளிதாகப் போதிக்கிற நம்மால், மனைவியை இழந்த கணவனைப் பார்த்து இப்படியான கருத்துகளை ஏன் சொல்ல முடிவதில்லை? ஆணாதிக்கம் வெல்வதும் பெண்கள் அடிமைப்படுத்தப்படுவதும் இந்தப் புள்ளியில்தான்.

ரூப் கன்வரின் மரணம் இந்தத் தலைமுறை வரைக்கும் வெவ்வேறு வடிவங்களில் சிலவற்றைக் கடத்திய படியே இருக்கிறது. பெண்கள் தங்களைமாய்த்துக்கொண்டு தங்களது புனிதத்தை நிரூபிக்கும் சடங்கின் வடிவம் காலந்தோறும் மாறக்கூடும். ஆனால், பெண்கள் எப்போதும் யாரிடமாவது தங்களை நிரூபித்துக் கொண்டேதான் இருக்க வேண்டும் என்பதைப் பொதுவிதியாக்கி அதைத் தலைமுறை தலைமுறையாகக் கடத்தியும்வருகிறார்கள். ரூப் கன்வரின் மரணத்துக்கும் புகுந்த வீட்டினரால் இன்றைக்குக் கொல்லப்படும் பெண் களுக்கும் தொடர்பு இல்லாமல் இல்லை.

குடும்ப அமைப்புக்குள் பெண்களுக்கு இந்த நிலை என்றால் போர்க்களத்திலும் அந்நிய நாட்டு ஆதிக்கத்திலும் அவர்கள் எப்படி இருந்திருப்பார்கள்? கொரியா, சீனாவைச் சேர்ந்த பெண்களின் துயர்மிகு கதையே அதற்கு நேரடி சாட்சி.

15

ஆணுக்கு 'ஆறுதல்', பெண்ணுக்கு?

மன்னர்களின் வெற்றியைத் தொடர்ந்து தோற்றுப்போன நாட்டு மகளிரின் மாண்பு சீர்குலைக்கப்பட்ட வேதனை வரலாறு இந்தியாவுக்கு உண்டு. அயல்நாடுகளிலும் இதே நிலைதான். ஆனால், வெற்றிக் களிப்பில் மட்டும் பெண்கள் சூறையாடப்படவில்லை. போருக்கு முன் பெண்களின் உடல்களே போர்க்களமாக்கப்பட்டுச் சீரழிக்கப்பட்டன.

அது இரண்டாம் உலகப் போர் நடைபெற்றுக் கொண்டிருந்த காலம். சீனத்தின் பூசான் நகர் ஜப்பானின் ஆளுகையில் இருந்தது. அங்குள்ள வீதியொன்றில் 14 வயது சிறுமி லீ ஓக் சான் விளையாடிக்கொண்டிருந்தாள். மாலை ஐந்து மணிவாக்கில் அவளைச் சிலர் வலுக்கட்டாயமாகக் கடத்திச்சென்றனர். நடப்பது என்ன என்று அந்தச் சிறுமிக்குப் புரியவில்லை. மீண்டும் பெற்றோரைப் பார்க்கவே முடியாத புதைகுழிக்குள் தள்ளப்பட்டுவிட்டோம் என்பதை அவள் அறிந்திருக்கவில்லை.

வேட்டைக்குப் பலியான பெண்கள்

கடத்தப்பட்ட லீ ஓக் சான், 'ஆறுதல் நிலையம்' ஒன்றில் அடைக்கப்பட்டாள். ஆறுதல் நிலையமென்றால் யாருக்கு ஆறுதல்?

அதற்கும் ஒரு வரலாறு இருக்கிறது. போர்க்காலத்தில் படைவீரர்களின் உடல்தேவையைத் தணிப்பதைத்தான் 'ஆறுதல்' என்கிற நாகரிகப் பூச்சுடன் அன்றைக்குச் சொன்னார்கள். 'ஆறுதல் நிலைய'ங்களின் முந்தைய வடிவமான 'ராணுவப் பாலியல்தொழில் மைய'ங்கள் 1900களின் தொடக்கத்திலேயே செயல்பட்டுவந்ததையும் வரலாற்று ஆய்வாளர்கள் பதிவுசெய்திருக்கிறார்கள். இந்த மையங்களில் அடைத்துவைக்கப்படும் பெண்களை ராணுவ வீரர்கள் தங்கள் விருப்பம்போல் கையாண்டுவந்தனர். உலகையே உலுக்கிய கொடுமைக்குப் பிறகே ஜப்பான் அரசாங்கம் 'ஆறுதல் மைய'ங்கள் அமைக்கிற முடிவை எடுத்தது.

இரண்டாம் உலகப் போரின்போது ஜப்பான் ராணுவம் சீன தேசத்துக்குள் தன் எல்லையை விஸ்தரித்து முன்னேறியது. 1937 டிசம்பர் மாதம் சீனாவின் நான்ஜிங் பகுதியில் நுழைந்து ஆறு வார வேட்டையில் ஜப்பான் ராணுவம் ஈடுபட்டது. சொற்ப சீன வீரர்கள் மட்டுமே அங்கே இருக்கிறார்கள் என்பதை அறிந்தும் வீரர்களோடு பொதுமக்களையும் பெண்களையும் குழந்தைகளையும் பாகுபாடின்றிக் கொன்று குவித்தது. பெண் குழந்தைகளும் பெண்களும் வயது வேறுபாடின்றிப் பாலியல் வல்லுறவுக்கு ஆளாக்கப்பட்டனர். கூட்டுப்

பாலியல் வல்லுறவும் அரங்கேறியது. வல்லுறவுக்குப் பிறகு அவர்கள் சடலம் மிக மோசமாக சிதைக்கப்பட்டு வீதிகளில் வீசப்பட்டது. இப்படிச் சீரழிக்கப்பட்டுக் கொல்லப்பட்ட பெண்களின் எண்ணிக்கை மட்டுமே 20 ஆயிரத்திலிருந்து 80 ஆயிரம் வரை இருக்கும் எனச் சொல்லப்படுகிறது. தோராயக் கணக்கே இவ்வளவு என்றால் உறுதியான புள்ளிவிவரக் கணக்கு அச்சமூட்டுவதாக இருக்கிறது.

வீரர்களின் நலனுக்காக?

ஜப்பான் படைவீரர்களின் இந்த மனிதத்தன்மை யற்ற செயல் உலகையே அதிர்ச்சியில் ஆழ்த்தியது. சர்வதேச அளவில் தங்கள் நாட்டைப் பற்றிய எண்ணம் தாழ்ந்துவிடக் கூடாது என்பதற்காக அப்போதைய ஜப்பான் அரசர் ஹிரோஹிதோ ஒரு முடிவெடுத்தார். தன் நாட்டுப் படைவீரர்கள் தங்கள் வெறியைத் தணித்துக்கொள்ள பொதுமக்களைச் சூறையாடுவதைவிட, நாமே அதற்குத் தனியாக வாய்ப்பை அமைத்துத் தரலாம் என்பதுதான் அந்த முடிவு. அதன்படி ஏற்கெனவே செயல்பட்டுவந்த ராணுவப் பாலியல் தொழில் மையங்களை மேலும் விரிவாக்கும்படிச் சொன்னார். அவற்றுக்கு 'ஆறுதல் மையங்கள்' என்கிற பெயரைச் சூட்டியதோடு அவை ராணுவ வீரர்களின் நல்வாழ்வுக்கு என அறிவித்தார். காரணம், பொதுமக்கள் சிதைக்கப்பட்டால் அது பேசுபொருளாகும். இதற்கெனத் தனியாகப் பெண்களை அடைத்து வைத்தால் பெயரும் கெடாது, விஷயமும் வெளியே தெரியாது என்பது மன்னரின் கணக்கு. அது போன்றதொரு மையத்தில்தான் சிறுமி லீ ஓக் சான் அடைக்கப்பட்டாள். அங்கே லீயைப் போலவே ஆயிரக்கணக்கான சிறுமிகளும் பெண்களும் இருந்தனர்.

ஜப்பானின் ஆளுகைக்கு உள்பட்ட நாடுகளைச் சேர்ந்த பெண்கள், குறிப்பாகச் சிறுமிகள் இந்த மையங்களில் அடைக்கப்பட்டனர். ஜப்பான் ஆக்கிரமிப்பு சீனா, கொரியா, மலேசியா, பிலிப்பைன்ஸ் போன்ற நாடுகளைச் சேர்ந்த பெண்களே பெரும்பாலும் 'ஆறுதல் மையங்களில் அடைக்கப்பட்டனர். இந்தப் 'பணி'க்கு ஆள்கள் தேர்வும் நடைபெற்றது. ஜப்பான் ராணுவ வீரர்கள், தங்கள் நாட்டு ஆளுகைக்கு உள்பட்ட பகுதிகளுக்குச் சென்று அங்கிருக்கும் இளம்பெண்களைச் சுற்றிவளைத்து வலுக்கட்டாயமாக இழுத்துச் சென்றனர். அந்தப் பெண்கள் அனைவரும் போர்முனையில் செவிலிப் பணியாற்றவோ வேறு ஏதாவது கடினமான வேலைக்காகவோதான் தாங்கள் அழைத்துச் செல்லப்படுவதாக நினைத்தார்கள். ஆனால், அது திரும்ப வழியே இல்லாத நரகம் எனத் தங்களுக்கு அப்போது தெரியாது என லீ ஓக் சான் தெரிவித்திருக்கிறார்.

மீள முடியாத நரகம்

தனக்கு நேர்ந்த கொடுமை குறித்துச் சொல்வதற்கு லீ ஓக் சானுக்கு 70 நெடும் ஆண்டுகள் தேவைப்பட்டிருக்கின்றன. அவர் மூன்று கொடூரமான ஆண்டுகளை 'ஆறுதல் மையம்' ஒன்றில் கழித்திருக்கிறார். உயிரைச் சிதைக்கிற வேதனையில் ஒரு நொடியைக் கடப்பதே பெரும் வாதையாக இருந்தபோது மூன்று ஆண்டுகள் என்பது அவருக்கு முடிவே இல்லாத யுகங்களாக இருந்ததாம். "மனிதர்களுக்கான இடமல்ல அது. ஆடு, மாடுகளை அறுக்கும் கசாப்புக்கடைகளைவிட மோசமான இடம் அது. ராணுவ வீரர்கள் எங்களை இடைவிடாமல் சீரழித்தனர். 11 முதல் 14 வயதுக்கு உள்பட்ட குழந்தைகளே அதிகமாக இருந்தோம். வீரர்கள் எங்களை அடித்தும் மிரட்டியும் கத்தியால் காயப்படுத்தியும் தங்கள் தேவையை நிறைவேற்றிக்கொண்டனர்" என்று 2013இல் தன் 86ஆவது வயதில் ஜெர்மன் ஊடகம் ஒன்றில் லீ ஓக் சான் தெரிவித்திருக்கிறார்.

தொடர்ச்சியான வல்லுறவால் பலர் இறந்து விட்டனர். கருவுற்றும் பால்வினை நோய்களால் பாதிக்கப்பட்டும் பலர் இறந்தனர். தங்கள்மீது நிகழ்த்தப்பட்ட கொடுமையைத் தாங்கும் சக்தியின்றிப் பலர் தற்கொலை செய்துகொண்டனர். லீ ஓக் சானும் இறந்துவிடுவதுதான் ஒரே வழி என நினைத்தார். "ஆனால், அது அவ்வளவு எளிதாக இல்லை. எனவே, போர் முடியும் வரை உயிரோடு இருப்பது என முடிவெடுத்தேன்" எனத் தன் நேர்காணலில் அவர் குறிப்பிட்டிருக்கிறார்.

16

நீதி கேட்டு ஒலித்த முதல் குரல்

உடலையும் மனதையும் ஒருசேரக் குலைக்கும் கொடுமையிலிருந்து மரணம் ஒன்றே விடுவிக்கும் என்கிற நிலையில்தான் 'ஆறுதல் மகளிர்' இருந்தனர். ஆனால், போர் முடியும் வரைக்கும் உயிர்த்திருக்க வேண்டும் என லீ ஓக் சான் முடிவெடுத்தார். அது மரணத்தைவிடவும் கொடுமையாக இருந்தது. ஜப்பான் சரணடைந்தது, போர் முடிவுக்கு வந்தது. லீ ஓக் சான் அடைத்துவைக்கப்பட்டிருந்த 'ஆறுதல் மைய'த்தின் நிர்வாகி தலைமறைவாகிவிட்டார். அங்கிருந்த பெண்களுக்கும் குழந்தைகளுக்கும் விடுதலை கிடைத்தது. ஆனால், எங்கே செல்வது என்கிற கேள்வியும் குழப்பமுமே அவர்களுக்கு மிஞ்சின.

"நான் எங்கே போக முடியும்? என் மீது வலுக்கட்டாயமாகச் சுமத்தப்பட்ட அவமானத்தோடு என்னால் ஊர் திரும்ப முடியுமா? நான் ஆறுதல் மையத்தில் இருந்தேன் என்று என் முகத்திலேயே எழுதப்பட்டிருக்கிறதே, இதை வைத்துக்கொண்டு நான் என் ஊரில் நடமாட முடியுமா? இந்த அடையாளத்தைச் சுமந்துகொண்டு என் அம்மாவைப் பார்க்கிற துணிவு எனக்கு இல்லை" என்று தான் அன்றைக்குக் கடந்துவந்த வேதனையைப் பகிர்ந்துகொண்ட லீ ஓக் சான், பல நாள்களைத் தெருக்களில் தூங்கிக் கழித்தார். கொரியாவுக்குச் செல்லாமல் சீனாவிலேயே தங்க

முடிவெடுத்தார். மனைவியை இழந்த ஒருவரை மணந்துகொண்டு அவருடைய குழந்தைகளை வளர்த்தார். 'ஆறுதல் மைய'த்தில் அவர் மீது நிகழ்த்தப்பட்ட வன்முறையால் 'சிஃபிலிஸ்' எனப்படும் பால்வினை நோயால் தாக்கப்பட்டு மோசமான நிலைக்குச் சென்றார். அதிலிருந்து மீண்டு, 'ஆறுதல் மைய'ங்களில் அடைக்கப்பட்டுத் தன்னைப் போலவே பாதிப்புக்குள்ளான பெண்களோடு சேர்ந்து நீதி கேட்டுப் போராடினார்.

உறுதிப்படுத்தும் ஆவணங்கள்:

லீ ஓக் சானைப் போல லட்சக்கணக்கான பெண்கள், ஜப்பான் ராணுவத்தால் பாலியல் அடிமைகளாக்கப்பட்டுச் சீரழிக்கப்பட்டனர். 'ஆறுதல் மைய'ங்கள் குறித்த தரவுகளை ஜப்பான் ராணுவம் அழித்துவிட்டபோதும் வரலாற்று ஆய்வாளர்கள் 4 லட்சத்துக்கு அதிகமான பெண்கள் வரை 'ஆறுதல் மைய'ங்களில் அடைக்கப்பட்டிருக்கலாம் என்கின்றனர். 1942இல் ஜப்பானின் போர் அமைச்சகத்தின் ஆவணம் ஒன்று சீனாவிலும் கிழக்காசியாவிலும் 400 'ஆறுதல் மைய'ங்கள் அமைக்கப்பட்டதாகத் தெரிவிக்கிறது. ஜப்பான் ராணுவத்தினரால் ஜப்பான் நாட்டுப் பெண்களும் 'ஆறுதல் மைய'ங்களில் அடைக்கப்பட்டதாகச் சொல்லப்படுகிறது. 1938 முதல் 1939 வரை தைவான் வழியாக சீனாவின் 'ஆறுதல் மைய'ங்களுக்கு அனுப்பப்பட்ட பெண்களில் 50 சதவீதத்தினர் ஜப்பானியர்கள், 40 சதவீதத்தினர் கொரியர்கள், மீதமுள்ளோர் தைவானைச் சேர்ந்தவர்கள் என்கிறது ஓர் ஆவணம்.

போர் முடிந்து ஜப்பான் சரணடைந்த பிறகும் 'ஆறுதல் மைய'ங்கள் சில செயல்பட்டு வந்ததாகவும் அவற்றை அமெரிக்க ராணுவ வீரர்கள் பயன்படுத்திவந்ததாகவும் 'அசோசியேடட் பிரஸ்' செய்தி வெளியிட்டது. 1946இல் டக்ளஸ் மெக் ஆர்தர் தலையிட்டு 'ஆறுதல் மைய'ங்களை மூடச்சொல்லும்வரை அமெரிக்க ராணுவத்தினர் அங்கிருந்த பெண்களை வல்லுறவுக்கு ஆளாக்கியிருக்கின்றனர் என 'அசோசியேடட் பிரஸ்' நிருபர்கள் தங்களுக்குக் கிடைத்த அரசு ஆவணங்களின் அடிப்படையில் செய்தி வெளியிட்டனர். போரின் கொடுமைகளைக் குறித்துப் பதிவுசெய்திருக்கும் 'வார் அண்டு பப்ளிக் ஹெல்த்' என்கிற நூலும் 'ஆறுதல் மகளிர்' குறித்துப் பதிவுசெய்திருக்கிறது. ராணுவப் பாலியல் மையங்களில் அடைக்கப்பட்ட பெண்களில் பலர் மார்பகம் அறுக்கப்பட்டுக் கொல்லப்பட்டனர். மாதவிடாயைத் தடுப்பதற்காகப் பலரது கருப்பை மிக மோசமான முறையில் நீக்கப்பட்டது. பலர் கடலில் மூழ்கடிக்கப்பட்டுக் கொல்லப்பட்டனர். பலர் தற்கொலை செய்துகொள்ளும்படி மிரட்டப்பட்டனர். 'ஆறுதல் மைய'ங்களுக்கு அனுப்பப்பட்ட பெண்களுக்கு அது மீண்டு வர முடியாத ஒருவழிப் பாதையாகவே அமைந்தது. ஒரு சதவீதப் பெண்கள் மட்டுமே போருக்குப் பிறகு பிழைத்திருக்கக்கூடும் என வரலாற்றாய்வாளர்கள் பதிவுசெய்திருக்கிறார்கள்.

கலைந்த மௌனம்:

ஜப்பான் ராணுவத்தின் 'முறைப்படுத்தப்பட்ட' இந்தக் கொடூரம் வெளியுலகத்துக்குத் தெரியாமல் இல்லை. ஆனால், அதைப் பேசுகிற துணிவு அன்றைக்குப் பலருக்கும் இல்லை. காரணம், இதில் பாதிக்கப்பட்டவர்கள் பெண்கள். போர்க் காலத்தில் பெரும்பாலான பெண்கள் வெடிமருந்து கம்பெனிகளில் பணியமர்த்தப்பட்டனர். பெருவாரியான பெண் குழந்தைகளை அந்தப் பணியில் சேரும்படியான பரப்புரை 1943இல் கொரியாவில் முன்னெடுக்கப்பட்டபோது பலரும் அஞ்சினர். காரணம் தாங்களும் 'ஆறுதல் மைய'ங்களில் அடைக்கப்பட்டுவிடுவோம் என நம்பினர். 'ஆறுதல் மையம்' என்பதே கட்டுக்கதை என ஜப்பானின் அன்றைய கவர்னர் ஜெனரல் அலுவலகம் அறிவித்தது. மக்களும் அந்தக் கட்டுக்கதையை நம்புவதாகக் காட்டிக்கொண்டனர். அவர்கள் விழித்துக்கொள்வதற்கு அவர்களது நாடு விடுதலையடைய வேண்டியிருந்தது. தங்கள் நாட்டுப் பெண்களுக்கு ஜப்பான் ராணுவத்தினர் இழைத்த கொடுமை குறித்து தென்கொரியா தனி நாடான பிறகு பேசத் தொடங்கியது. 'ஆறுதல் மகளிர்' குறித்த கட்டுரை

1990இல் வெளியாகி உலகின் கவனத்தை ஈர்த்தது. பூனைக்கு மணி கட்டுவது யார் என்கிற தயக்கம் எப்போதும் இருப்பதுதான். கிம் ஹாக் சன் அதைச் செய்தார். ஜப்பான் ராணுவத்தினரின் வன்முறை குறித்துப் பொதுவெளியில் பகிர்ந்த முதல் கொரியப் பெண் அவர்.

கிம் ஹாக் சன், கொரிய விடுதலைப் போராட்ட வீரரின் மகள். தந்தையின் இறப்புக்குப் பிறகு தாயுடன் கொரியாவுக்குத் திரும்பினார். தாய் மறுமணம் செய்துகொள்ள, வளர்ப்புத் தந்தையால் பெய்ஜிங்கில் கிம் ஹாக் சன் விற்கப்பட்டார். அது, அவரை 'ஆறுதல் மைய'த்தில் கொண்டு சேர்த்தது. அங்கே நான்கு மாதங்களைக் கழித்தவர், கொரியர் ஒருவரது உதவியால் அங்கிருந்து தப்பினார். 'ஆறுதல் மைய'ங்களில் நடைபெற்ற கொடுமைகள் குறித்து 1991இல் பொதுவெளியில் அவர் பேசிய பிறகே லட்சக்கணக்கான பெண்கள் மீது ஜப்பான் ராணுவத்தினரால் நிகழ்த்தப்பட்ட வன்முறை பரவலாகக் கவனத்தைப் பெற்றது. அதன் பிறகு பாதிக்கப்பட்ட பெண்கள் ஒவ்வொருவராகத் தங்களை வெளிப்படுத்திக்கொண்டு பேசத் தொடங்கினர். அவர்கள் ஒரு குழுவாக இணைந்து தங்களுக்கு நீதி கேட்டு சியோலில் உள்ள ஜப்பான் தூதரகத்தின் முன்பு வாரந்தோறும் ஆர்ப்பாட்டங்களில் ஈடுபட்டனர்.

ஏன் கவனம் பெறவில்லை?

ஹிரோஷிமா, நாகசாகி நகரங்கள் குண்டு வீசித் தகர்க்கப்பட்டபோது லட்சக்கணக்கான மக்கள் கொல்லப்பட்டதும் ஜப்பான் அதிலிருந்து மீண்டு வந்ததும் கொண்டாடப்பட்டபோது தன் நாட்டு ராணுவத்தால் பிற நாடுகளைச் சேர்ந்த பெண்கள் சீரழித்துக் கொல்லப்பட்டதைப் பற்றிப் பேச ஜப்பான் விரும்பவில்லை. அந்தப் பெண்கள் அணு ஆயுதத்தால் கொல்லப்பட்டிருந்தால் ஒருவேளை அவர்களுக்கு நீதி கிடைத்திருக்கக்கூடும். ஆண்களால் கொல்லப்பட்டதாலேயே லட்சக் கணக்கான பெண்களின் கொலை பேரழிவாகக் கருதப்பட்டவில்லை. 1940களின் தொடக்கத்தில் தங்கள் மீது நிகழ்த்தப்பட்ட வன்முறைக்கு 50 ஆண்டுகள் கழித்து அந்தப் பெண்கள் நிவாரணம் கேட்கவில்லை. தங்களை வன்முறைக்கு ஆளாக்கியவர்கள் தங்களிடம் மன்னிப்பு கேட்க வேண்டும் என்றுதான் அவர்கள் கேட்டனர்.

17

நீதிகேட்கும் சிலைகள்

இரண்டாம் உலகப் போரின்போது 'ஆறுதல் மகளிர்' என்கிற பெயரில் தங்களைப் பாலியல் சித்தரவதைக்கு ஆளாக்கிய ஜப்பான் ராணுவத்தினர் சார்பில் ஜப்பான் மன்னிப்பு கோர வேண்டும் எனப் பாதிக்கப்பட்ட பெண்கள் கோரிக்கை விடுத்தனர். ஜப்பான் ராணுவ வீரர்களின் பாலியல் தேவைக்காக ஆசிய நாடுகளைச் சேர்ந்த பெண்கள் பலர் கடத்தப்பட்டுச் சீரழிக்கப்பட்ட கொடுமை குறித்து கொரிய நாட்டுப் பத்திரிகை ஒன்றில் 1990இல் கட்டுரை வெளியானதுமே ஜப்பான் அதிர்ச்சிக்குள்ளானது. 'ஜப்பான் ராணுவத்தினரால் 'ஆறுதல் மையங்கள்' நடத்தப்பட்டதை மூத்த பெண்மணிகள் வாயிலாக அறிய முடிகிறது. இது குறித்துத் தற்போது விசாரணை நடத்துவதால் எந்தப் பலனும் கிடைக்கப்போவதில்லை' என்கிற ஜப்பானின் பதில் கொரியப் பெண்களைக் கொதிப்படையச் செய்தது.

37 பெண்கள் அமைப்பினர் ஒன்றிணைந்து ஜப்பானின் பதிலைக் கண்டித்ததோடு, 6 கோரிக்கைகளையும் முன்வைத்தனர். ஆறுதல் மையங்களில் பாலியல் சுரண்டலுக்காக கொரியப் பெண்கள் ஜப்பான் ராணுவத்தினரால் கடத்தப்பட்டதை ஒப்புக்கொள்ள வேண்டும், பகிரங்க மன்னிப்பு கேட்க வேண்டும், இந்தப் பிரச்சினை குறித்து விரிவான விசாரணை நடத்தி முடிவுகளைப் பொதுவெளியில் அறிவிக்க

வேண்டும், ஜப்பான் ராணுவத்தினரால் பாதிக்கப்பட்ட பெண்களை நினைவுகூரும் வகையில் நினைவகம் அமைக்க வேண்டும், பாதிக்கப்பட்ட பெண்களுக்கோ அவர்களது வாரிசுகளுக்கோ இழப்பீடு வழங்க வேண்டும், இந்த வரலாறு குறித்து வரும் தலைமுறையினர் உணர்ந்துகொள்ளும் வகையில் கருத்தரங்குகள் நடத்த வேண்டும் என்பவையே அந்த ஆறு கோரிக்கைகள்.

ஒப்புக்கொண்ட ஜப்பான்

பாதிக்கப்பட்ட பெண்களின் இந்தக் கோரிக்கைகள் குறித்து ஜப்பான் ஊடகங்கள் பரவலாகச் செய்தி வெளியிட்டன. 'ஆறுதல் மையங்கள்' குறித்துப் பொதுவெளியில் பகிர்ந்துகொண்ட முதல் கொரியப் பெண்ணான கிம் ஹாக் சன், தன் அடையாளத்துடன் வழக்குத் தொடுத்தார். ஜப்பான் ராணுவத்தினரின் பாதகச் செயல்களை உறுதிப்படுத்தும் ஆவணங்கள் இருப்பதாக ஜப்பான் பேராசிரியர் யோஷியாகி யோஷிமி தெரிவிக்க, அது ஜப்பானை அதிர்ச்சிக்குள்ளாக்கியது. அதன் பிறகே ஜப்பான் விசாரணையைத் தொடங்கியது. அதன் முடிவுகளை வெளியிட்டதோடு, ஜப்பான் ராணுவ வீரர்களால் பாதிக்கப்பட்ட பெண்கள் அனைவரிடமும் பகிரங்க மன்னிப்பை வேண்டுவதாக அறிவித்தது. இப்படியொரு மோசமான நிகழ்வு இனி நிகழாதவகையில் பார்த்துக்கொள்வதாகவும் உறுதியளித்தது.

'ஆறுதல் மையங்களை ராணுவத்தினர் அல்லாத நபர்களே நடத்தினார்கள். அதில் ஜப்பான் ராணுவத்துக்கு நேரடியாகவோ மறைமுகமாகவோ பங்கு உண்டு. எப்படிப் பார்த்தாலும் இந்தச் செயல் பெண்களின் மாண்பையும் கண்ணியத்தையும் குலைத்துள்ளது. அளவிட முடியாத வேதனையாலும் தீர்க்க முடியாத மன, உடல் காயங்களாலும் தவிக்கும் பெண்களிடம் ஜப்பான் மனமார மன்னிப்பை வேண்டுகிறது. இந்தக் கொடும் வரலாற்றிலிருந்து நாங்கள் தப்பிக்க விரும்பவில்லை. மாறாக, இனி இப்படியொரு கொடுமை நிகழாதவண்ணம் பாடம் கற்றுக்கொள்கிறோம்' என ஜப்பான் அரசு 1993இல் அறிவித்தது.

எதிர்ப்பைத் தெரிவிக்கும் சிறுமி

ஆனால், இவையெல்லாமே ஜப்பான் அரசு மனமாரக் கேட்ட மன்னிப்பு கிடையாது என்பது பாதிக்கப்பட்டோரின் வாதம். ஏதோவோர் அறிக்கைக்குள் ஓரிரு வரிகள் மேலோட்டமாக இடம்பெறுவதாலேயே ஜப்பான் அரசு மன்னிப்பு கேட்டதாகிவிடாது என்பதை ஜப்பான் ராணுவ வீரர்களுக்கு இரையான பெண்களும் அவர்களது நாட்டினரும் வெவ்வேறு வகையில் வெளிப்படுத்தினர். அந்தப் போராட்ட வடிவங்களுள் ஒன்றுதான் சிலை. தங்கள் நாட்டுப் பெண்கள் ஜப்பான் ராணுவத்தினரால் வதைக்கப்பட்டனர் என்பதை உணர்த்தும் விதமாக சியோலில் உள்ள ஜப்பான் தூதரக அலுவலகத்தின் முன் வெண்கலச் சிலையொன்றை கொரியா 2011இல் நிறுவியது.

கொரியப் பாரம்பரிய உடையணிந்தபடி நாற்காலியில் அமர்ந்திருக்கும் சிறு பெண்ணின் சிலை அது. ஜப்பான் ராணுவத்தினர் அமைத்த பாலியல் சித்ரவதைக்கூடத்துக்குள் பலியான லட்சக்கணக்கான பெண்களை அந்தச் சிலை பிரதிபலித்தது. தன் விருப்பத்துக்கு மாறாகக் கூந்தல் கத்தரிக்கப்பட்டிருக்க, அழுத்தமான முகமும் இதற்கு மேல் பொறுக்க முடியாது என்பதை உணர்த்தும் வகையில் மூடிய விரல்களுமாக அந்தச் சிலை வடிக்கப்பட்டிருந்தது. இந்தச் சிலை ஜப்பானைக் கொதிப்படையச் செய்தது. என்றைக்கோ நடந்த கொடுமையை இன்றைக்கு ஏன் நினைவூட்ட வேண்டும் என்பது ஜப்பானின் கோபத்துக்குக் காரணம். வரலாறு எல்லாமே என்றைக்கோ நிகழ்ந்தவைதானே. இந்தச் சிலையைத் தொடர்ந்து அமெரிக்கா, கனடா, ஆஸ்திரேலியா, பிலிப்பைன்ஸ், ஜெர்மனி, நெதர்லாந்து உள்ளிட்ட பல்வேறு நாடுகளில் 90க்கும் மேற்பட்ட சிலைகள் ஆறுதல் மகளிரை நினைவூட்டும் விதமாக நிறுவப்பட்டன.

சிலையோடு ஒரு பயணம்

உலகம் முழுவதும் நிறுவப்படும் ஆறுதல் மகளிர் சிலைகள், தங்கள் பெருமைக்கு இழுக்கைத் தேடித்தருவதை உணர்ந்த ஜப்பான், தாங்கள் ஏற்கெனவே பல முறை மன்னிப்பு கேட்டுவிட்டதாகக் கூறியது. 2015இல் கொரியாவுடன் ஓர் ஒப்பந்தத்தை உருவாக்கி இழப்பீடு வழங்குவதாகவும் தெரிவித்தது. அதில் கொரிய நாட்டுப் போராளிகளுக்கு உடன்பாடில்லாத நிலையில் 2017இல் மீண்டும் ஒரு சிலையை கொரியா நிறுவியது. இந்த முறை கொரிய நாட்டுப் பேருந்துகளின் இருக்கையில் அமர்ந்திருக்கும் நிலையில் ஆறுதல் மகளிர் சிலைகள் வடிக்கப்பட்டன. இந்தப் பேருந்துகள் ஜப்பான் தூதரகத்தின் முன்னால் நின்று செல்லும் என்பதால் ஒவ்வொரு முறை பேருந்துகளின் கதவுகள் திறக்கும்போதும் கண்ணில்படுகிற ஆறுதல் மகளிர் சிலை ஜப்பானின் மனசாட்சியை உலுக்க வேண்டும் என்பது கொரியாவின் எண்ணம்.

பேருந்தில் சக பயணிபோல் அமர்ந்திருந்த ஆறுதல் மகளிர் சிலை இழந்துவிட்ட தன் பால்யத்தை நினைவூட்டுவதாக ஜப்பான் ராணுவத்தினரால் பாலியல் சித்ரவதைக்கு ஆளாக்கப்பட்ட ஆன் ஜியோம் சன் (89) நினைவுகூர்ந்தார். இரண்டாம் உலகப்போரையொட்டி 14 நாடுகளைச் சேர்ந்த இரண்டு லட்சத்துக்கும் அதிகமான பெண்கள் ஆறுதல் மகளிர் என்கிற பெயரில் ஜப்பான் ராணுவத்தினரால் பாலியல் சித்ரவதைக்கு ஆளாக்கப்பட்டனர் என ஐ.நா. தெரிவித்திருந்த நிலையில், ஆன் ஜியோம் சன் போன்று பாதிக்கப்பட்ட பெண்களின் கூற்று அதை உறுதிப்படுத்தியது. முள்கம்பிகளால் சூழப்பட்ட தற்காலிகக் குடில்களுக்குள் தினமும் குறைந்தது 70 பேர் தங்களைப் பாலியல் வல்லுறவுக்கு ஆளாக்கியதாகச் சொன்ன அந்தப் பெண்களின் வேதனையை உணர்த்தியபடி அந்தச் சிலைகள் சாலைகள்தோறும் அன்றைக்கு ஓடின.

லட்சக்கணக்கான ஆறுதல் மகளிரில் பிழைத்திருந்த சில நூறு பெண்களுக்கு இழப்பீடு வழங்குவதிலும் அவர்களிடம் மன்னிப்பு கேட்பதிலும்கூட அரசியல் லாப நஷ்டக் கணக்குகள் புகுந்துவிட்டன. "அந்தச் சிலைகள் அப்படியே இருக்கட்டும்" என்று ஆன் ஜியோம் சன் உதிர்த்த சொற்களிலும் அந்த வேதனைதான் புதைந்திருந்தது.

18

நீ வாழ்ந்தாக வேண்டும், நார்சிஸா!

இரண்டாம் உலகப் போருக்கு முன்னும் போரின்போதும் ஜப்பான் நாட்டு ராணுவத்தினரால் பாலியல் சித்ரவதைக்கு ஆளாக்கப்பட்டுக் கொல்லப்பட்ட பெண் குழந்தைகள், பெண்களின் நினைவாக உலகின் பல நாடுகளிலும் 'ஆறுதல் மகளிர்' சிலைகள் நிறுவப்பட்டன. போர்கள் எப்போதுமே மனித குலத்தை அழிவை நோக்கி இட்டுச் செல்பவை என்கிறபோதும் போர்களால் பெண்களும் குழந்தைகளும் எந்த அளவுக்குச் சீரழிக்கப்படுகிறார்கள் என்பதற்கான சாட்சியாகவும் அந்தச் சிலைகள் நிறுவப்பட்டன.

சான்பிரான்சிஸ்கோ நகரத்தில் 2017இல் நிறுவப்பட்ட சிலைகள் ஸ்டீவன் வைட் என்ப வரால் வடிக்கப்பட்டன. பெரிய உருளையின் மீது 12 முதல் 18 வயதுக்குள்பட்ட மூன்று சிறுமியர் தங்களது கைகளைப் பிணைத்தபடி நின்றிருப்பது போலச் சிலைகள் வடிக்கப்பட்டன. சீனா, கொரியா, பிலிப்பைன்ஸ் ஆகிய நாடுகளைச் சேர்ந்தவர்கள்போல் அந்த மூன்று சிறுமியரும் வடிவமைக்கப்பட்டிருக்க, நான்காவதாக ஒருவர் நின்று சிறுமியரின் கைகளைப் பிடிக்கும்படி இடைவெளி விடப்பட்டிருந்தது.

கொடுமைகளின் சாட்சி

அந்த மூன்று சிறுமியரும் தளராத உறுதியோடு இந்தச் சமூகத்தை நேர்ப்பார்வை பார்த்தபடி இருந்தனர். தங்களுக்கு அங்கீகாரமும் நீதியும் நியாயமும் வேண்டும் என்பதை உணர்த்துவதாக அவர்களது பார்வை இருந்தது. சற்றுத் தொலைவில் நின்று அவர்களைப் பார்த்துக் கொண்டிருப்பதுபோல் மூத்த பெண்மணி ஒருவரது சிலையும் வடிக்கப்பட்டது. அந்த மூத்த பெண்மணியின் சிலை, 'ஆறுதல் மகளிரின் பிரதிநிதிபோல்' வடிக்கப்பட்டிருந்தது.

அமெரிக்காவைத் தொடர்ந்து ஜெர்மனியின் பெர்லின் நகரிலும் 2020இல் 'ஆறுதல் மகளிர்' சிலை ஒன்று நிறுவப்பட்டது. கொரியப் பாரம்பரிய உடையணிந்த சிறுமியின் சிலை அது. நாற்காலியில் அமர்ந்தபடி இருக்கும் சிறுமியின் இடது தோளில் பறவையொன்று அமர்ந்தபடி இருக்க, பக்கத்தில் காலி நாற்காலி ஒன்றும் அமைக்கப்பட்டிருந்தது. அந்த வழியே செல்லும் சிறார்கள், சிலையாக அமர்ந்திருக்கும் சிறுமியின் கையில் மஞ்சள் மலர்களை வைத்துவிட்டுச் செல்கிறார்கள். இந்தச்

சிலையை அகற்றும்படி ஜப்பான் கேட்டுக்கொண்டபோது, இரண்டாம் உலகப் போரின்போது பெண்கள் மீது ஜப்பான் ராணுவத்தால் நிகழ்த்தப்பட்ட கொடுமையைக் கண்டிக்கும் விதமாகவே இந்தச் சிலை நிறுவப்பட்டதாக ஜெர்மனி தரப்பில் சொல்லப்பட்டது.

களங்கத்தைப் போக்கும் முயற்சி?

இரண்டாம் உலகப் போரில் ஜெர்மனி அரங்கேற்றிய கொடூரங்களைக் கற்பனையிலும் நிகழ்த்த முடியாது. ஜெர்மனி நடத்திய இன அழித்தொழிப்பு கொடூரங்கள், மனித குலம் எதிர்கொண்ட வன்முறைகளின் உச்சம். அதேபோல் இரண்டாம் உலகப் போரில் அமெரிக்கா இழைத்த கொடுமைகளும் கொஞ்சநஞ்சமல்ல. ஜப்பானின் ஹிரோஷிமா, நாகசாகி நகரங்களின் மீது குண்டுகளை வீசித் தாக்கி அழித்த கொடுமையை வரலாற்றின் பக்கங்களில் இருந்து அகற்றிவிட முடியாது. இன்றைக்கும் அமெரிக்காவின் நிறவெறிக்கு அவ்வப்போது சிலரைப் பலிகொடுத்தபடிதான் இருக்கிறோம். ஆனால், ஜப்பான் இழைத்த கொடுமையைச் சிலைகளின் வழியாக அமெரிக்கா உணர்த்துகிறதாம்! போர்களின்போது இப்படி மனிதத் தன்மையற்ற செயல்களைச் செய்த நாடுகளும் சக மனிதர்கள் மீது வன்முறையைக் கட்டவிழ்த்துவிடும் நாடுகளும் தங்கள் மீதான களங்கத்தைத் துடைக்கிற நோக்கில்கூட ‘ஆறுதல் மகளிர்’ சிலைகளை நிறுவியிருக்கலாம் என்று நினைப்பதற்கான சாத்தியம் உண்டு. இருந்தபோதும் உலகம் முழுவதும் பல்வேறு நாடுகளில் நிறுவப்பட்டிருக்கும் இந்தச் சிலைகள், ஆணாதிக்கக் கொடுமைக்குப் பலியான பெண்களின் வரலாற்றைச் சுமந்தபடி நீதிகேட்டு நிற்கின்றன.

சிலைகள் சொல்லும் சேதி

இந்தச் சிலைகள் மற்றுமொரு செய்தியையும் நமக்குச் சொல்கின்றன. சான்பிரான்சிஸ்கோ நகரத்தில் நிறுவப்பட்டிருக்கும் மூன்று சிறுமியர் சிலைகளில் நான்காவதாக ஒருவர் நிற்பதற்கு இடம் விடப்பட்டுள்ளது. பெர்லினில் அமைக்கப்பட்டுள்ள சிறுமியின் சிலைக்குப் பக்கத்தில் காலியான நாற்காலி ஒன்று அமைக்கப்பட்டுள்ளது. நான்காவது இடத்தில் நிற்க வேண்டிய நபர் யார்? காலியான நாற்காலியில் யார் அமர வேண் டும்? நாம்தான் அந்த நான்காம் நபர். நாற்காலியில் அமர வேண்டியவர்களும் நாம்தாம். பாதிக்கப்பட்டவர்களோடு நாமும் கரம்கோக்க வேண்டும் என்பதுதான் அந்தச் சிலைகள் சொல்லும் சேதி. நம்மில் எத்தனை பேர் பாதிக்கப்பட்டவர்களுக்கு ஆதரவாகக் குரல்கொடுக்கிறோம் என்கிற கேள்வியையும் அந்தச் சிலைகள் நம் முன் வைக்கின்றன.

நம்மில் பலருக்கும் எப்போதும் மரத்த மனநிலை உண்டு. நமக்கு நிகழாதவரைக்கும் எதுவுமே நமக்கு ஒரு பொருட்டல்ல. உலகம் முழுவதுமே பெரும்பான்மைச் சமூகம் அப்படித்தான் இருக்கிறது. நமது இந்த மௌனத்தால்தான் 'ஆறுதல் மகளிர்' குறித்து இந்த உலகம் அறிந்துகொள்ள 60 ஆண்டுகள் ஆகியிருக்கின்றன. நம்மைப் பற்றித் தெரிந்தால் ஊர் என்ன சொல்லுமோ, உலகம் நம்மைத் தூற்றுமோ, குடும்பங்கள் நம்மைக் கைவிட்டுவிடுமோ, நம் கண்ணியம் கேள்விக்கு உள்ளாக்கப்படுமோ என்கிற அச்சத்திலேயே அந்தப் பெண்கள் வாய்மூடி இருந்திருக்கக்கூடும்.

நாம் துணைநிற்க வேண்டும்

பிலிப்பைன்ஸ் நாட்டைச் சேர்ந்த நார்சிஸாவின் கூற்றும் அதைத்தான் உறுதிப்படுத்துகிறது. 2020இல் நார்சிஸாவுக்கு 89 வயது. அவர் 12 வயதுச் சிறுமியாக இருந்தபோது ஜப்பான் ராணுவத்தினரால் வலுக்கட்டாயமாக அழைத்துச் செல்லப் பட்டிருக்கிறார். 1943இல் அவரது கண் முன்னே அவருடைய தந்தையும் சகோதரர்களும் ஜப்பான் ராணுவத்தினரால் கொல்லப்பட, செய்வதறியாது திகைத்து நின்றவரைத்தான் வலுக்கட்டாயமாக இழுத்துச் சென்றார்கள். அவரது குடும்பத்தில் நார்சிஸாவோடு அவருடைய அம்மாவும் சகோதரிகளும் உறவுப்பெண்மணி ஒருவருமாக மொத்தம் ஏழு பேர் ஜப்பான் ராணுவத்தினரின் பாலியல் வன்முறைக்கு இரையானார்கள். ஆறுதல் மையங்களில் சமையல், சுத்தப்படுத்துதல், துணி துவைத்தல் எனப் பகல் முழுவதும் வேலை இருக்குமாம். "எனக்கு மட்டும் சூரியனை மறையாமல் நிறுத்திவைக்க முடிகிற சக்தி இருந்தால் அதைச் செய்திருப்பேன். காரணம், இரவுகள் கொடுமையானவை. இரவில்தான் அவர்கள் எங்களைச் சிதைப்பார்கள்" என்று 75 ஆண்டுகளுக்கு முந்தைய நிகழ்வைச் சொல்லும்போது நார்சிஸாவால் நடுங்காமல் இருக்க முடியவில்லை.

போருக்குப் பிந்தைய வாழ்க்கை நார்சிஸாவுக்கு வசந்தத்தைக் கையளிக்க வில்லை என்கிறபோதும் உயிரோடு இருக்கும் வாய்ப்பை வழங்கியது. அவருடைய கணவர், 'ஆறுதல் மகளிர்' சிலைகளில் நான்காம் நபராகவும் காலியான நாற்காலியில் அமரும் நபராகவும் இருந்தார். ஆண்களைக் கண்டாலே பதறும் அளவுக்கு மனநலப் பாதிப்புக்கு ஆளான நார்சிஸாவை அதிலிருந்து மீட்டதில் அவருடைய கணவருக்குப் பங்கு அதிகம். "ஜப்பான் ராணுவ வீரர்கள் நிகழ்த்திய கொடுமைகளைத் தூக்கிப்போட்டுவிடு. நீ எந்தவிதத்திலும் குறைந்தவள் அல்ல. நீ உயிரோடு

இருப்பதுதான் வேறெதையும்விட முக்கியம்" என்று சொல்லியிருக்கிறார். பாதிக்கப்பட்ட பெண்கள் இந்த வார்த்தைகளையும் இதுபோன்ற ஆதரவையும்தான் இந்தச் சமூகத்திடமிருந்து எதிர்பார்க்கிறார்கள். அதை நாம் செய்கிறோமா என்கிற கேள்வியைக் கண்களில் சுமந்தபடி உலகம் முழுவதும் 'ஆறுதல் மகளிர்' சிலைகள் நின்றுகொண்டிருக்கின்றன.

போர்களின்போது மட்டுமல்ல, எல்லாக் காலத்திலும் பெண்களின் உடல் மீது போர் தொடுக்கப்பட்டுக்கொண்டே இருக்கிறது. அது மறைமுகமான போர். உலகம் முழுவதும் விரிந்திருக்கிற பிரம்மாண்டமான வியாபார வலைப்பின்னலைவிட உறுதியானது அது.

19

காணாமல் போனவர்கள்

மீனா, பாத்திமா, கீதா, ஷாஜிதா, ஷெரின், பிரீத்தி, ஜென்ஸி... எந்தப் பெயர் வேண்டுமோ அதை வைத்துக்கொள்வோம். இவர்கள் இந்தியாவின் ஏதோவொரு மாநிலத்தைச் சேர்ந்தவர்கள். அல்லது உலகின் ஏதோவொரு நாட்டைச் சேர்ந்தவர்கள். அனைவருமே 9 முதல் 16 வயதுக்கு உள்பட்ட சிறுமியர்.

மீனாவுக்கு 14 வயது. வளர்ப்புத் தந்தையின் கொடுமை தாங்க முடியாமல் வீட்டை விட்டு வெளியேறினாள். ரயில் நிலையத்தில் மீனாவிடம் பேசிய பெண், மீனாவைப் பாலியல் விடுதி ஒன்றில் விட்டுவிட்டு மாயமாகிவிட்டார். அங்கே நாள் முழுக்க வீட்டு வேலைகளைச் செய்யும்படி வற்புறுத்தப்பட்ட மீனா, பாலியல் வன்முறைக்கும் ஆளாக்கப் பட்டாள். "இதைப் பற்றி அந்த விடுதி வார்டன்கிட்ட சொல்லியும் எந்தப் பலனும் இல்லை. விட்டமின் மாத்திரைன்னு சொல்லி எதையோ கொடுப்பாங்க. எனக்கு மயக்கம் வர்ற மாதிரி இருக்கும். அதுக்கு அப்புறம் எதுவுமே பேச முடியாம சோர்ந்து போயிடுவேன்" என்று சொல்லும் மீனா, பாலியல் விடுதியில் தன் மீது நிகழ்த்தப்படும் கொடுமைகளைத் தாள முடியாமல் தற்கொலை செய்துகொள்ள முயன்றாள். சிறு குழந்தைதானே. அப்படியாவது துயரிலிருந்து விடுபட மாட்டோமா என நினைத்தாள்.

கொடுமைகளின் குரூரம் எல்லை மீறிய நாளொன்றில் உயிரைக் கையில் பிடித்தபடி அங்கிருந்து எப்படியோ தப்பித்து வீட்டுக்குத்

திரும்பியவளை வீடு வெளியேற்றியது. “நான் ‘அந்த’ மாதிரி ஏரியாவில் இருந்து திரும்பியதால் வீட்டு கௌரவம் பாழாகிவிடும்னு என் அப்பா என்னை வீட்டுக்குள் விடவில்லை” என்று சொல்லும் மீனா, தனக்குப் பாதுகாப்பு தருவதாகச் சொன்ன பெண் ஒருவரை நம்பிச் சென்றாள். அந்தப் பெண் மீண்டும் மீனாவை வேறொரு பகுதியில் செயல் படும் பாலியல் விடுதிக்கு விற்றுவிட்டார்.

மீட்சியில்லாச் சிறை

அங்கிருந்து மீனா தப்பிக்கக் கூடாது என்பதற்காக விடுதியின் உரிமையாளர் மீனாவைத் தவறான முறையில் வீடியோ எடுத்து மிரட்ட, நரக வேதனையை அனுபவித்தாள். பள்ளிக்குச் சென்று நண்பர்களோடு ஓடியாடி விளையாட வேண்டிய வயதில் ‘பாலியல் வர்த்தகம்’ என்னும் பேரலை மீனாவைச் சுழற்றி யடித்தது. தனியார் தொண்டு நிறுவன உதவியோடு அங்கிருந்து மீண்டு வர ஓராண்டு ஆனது. தற்போது மீனா வுக்கு 20 வயது. மீனாவை இந்த நிலைமைக்கு ஆளாக்கியவர்கள் மீது எந்த நடவடிக்கையும் இன்றுவரை எடுக்கப்படவில்லை.

11 வயது பிரீத்தி, பணத்துக்காக அம்மாவால் விற்கப்பட்டவள். ஷாஜிதா, காதலனை நம்பி மும்பைக்கு வந்தவள். பள்ளி முடிந்து வீடு திரும்பும் வழியில் ஷெரின் கடத்தப்பட்டாள். பாலியல் விடுதிக்கு இவர்கள் வந்த விதம் வெவ்வேறாக இருந்தாலும், ஒரே மாதிரியான சித்ரவதைக்குத் தான் இவர்கள் ஆளாக்கப்பட்டார்கள். இவர்களில் மிகச் சிலரே மீட்கப்பட்டுக் குடும்பங் களோடு சேர்க்கப்பட்டிருக்கிறார்கள். பலரது வாழ்க்கையும் முடிவே இல்லாத கொடுஞ்சிறைக்குள் அடைபட்டிருப்பது தான் நிதர்சனம். உலகம் முழுவதும் கோடிக்கணக்கான குழந்தைகளும் பெண்களும் இப்படி வாழ்விழந்து போக யார் காரணம்?

ஆண் மையச் சமூகத்தின் பார்வையில் பெண் என்பவள் ஒரு பொருள் அல்லது உடல். பிறந்தது முதலே பெரும்பாலான சமூகங்களில் பெண் குழந்தைகள் அப்படித்தான் வளர்த்தெடுக்கப்படுகிறார்கள். திருமணச் சந்தையில் விலைபோகக் கூடிய தகுதி படைத்தவளாகத் தங்கள் மகளை மாற்றுவதே பெரும்பாலான பெற்றோரின் இலக்காக இருப்பதை மறுப்பதற்கில்லை. குடும்பப் பொறுப்பு, கடமை போன்றவற்றின் பெயரால் பெண்கள் இப்படி நடத்தப்படுவது ஒரு பக்கம் என்றால் இன்னொரு பக்கம் பெண்களே விற்பனைப் பண்டமாக்கப் படும் கொடுமையும் நிகழ்கிறது. அந்தக் கொடுமைக்குத்தான் ஆண்டுதோறும் கோடிக்கணக்கான பெண்களையும் குழந்தைகளையும் பலிகொடுத்துக் கொண்டிருக்கிறோம்.

உலகளாவிய ‘வர்த்தகம்’

மதம், மொழி, கலாச்சாரம் எனப் பல்வேறு காரணிகளால் நாடுகள் வேறுபட்டிருந்தாலும் பெண்களைப் பண்டங்களாக விற்பனை செய்வதில் உலகம் முழுவதும் ஒற்றுமை நிலவுவது கசப்பான உண்மை. உலகம் முழுவதும் நடைபெறும் ஆள்கடத்தலில் பெண்களும் குழந்தைகளுமே அதிகம் என ஐ.நா. அறிவித்துள்ளது. இவர்கள்தாம் கடத்தல்காரர்கள் அணுக முடிகிற எளிய இலக்காக இருக்கிறார்கள். இந்தியாவில் 2021இல் 77,535 குழந்தைகள் காணாமல் போனதாகப் பதிவாகியிருப்பதாகத் தேசியக் குற்ற ஆவணக் காப்பகத் தகவல் தெரிவிக்கிறது.

2021இல் எந்தவொரு நாளை எடுத்துக் கொண்டாலும் உலகம் முழுவதும் ஐந்து கோடிப் பேர் கடத்தப்பட்டிருக்கலாம் என உலகத் தொழிலாளர் அமைப்பின் ஆய்வு தெரிவிக்கிறது. இவர்களில் 79 சதவீதத்தினர் பெண்களும் குழந்தை களும் என்பது மனம் பதைக்கச் செய்கிறது. நாம் இதை வாசித்துக் கொண்டிருக்கும் இந்த நொடியில்கூட உலகின் ஏதோவொரு மூலையில் ஒரு பெண்ணோ சிறுமியோ குழந்தையோ கடத்தப்பட்டுக்கொண்டிருக்கலாம். மீண்டு வரவே முடியாத புதைகுழிக்குள் தாங்கள் தள்ளப்படவிருக்கிறோம் என்பதுகூட அவர்களுக்குத் தெரியாது.

20

அதிகாரத்தின் துணையோடு அரங்கேறும் குற்றங்கள்

நம்மைச் சுற்றி நிகழும் பெரும்பாலான குற்றங்களை இயல்பானவையாக ஏற்றுக்கொள்ள நாம் பழக்கப்படுத்தப் பட்டுவிட்டோம். பாலினப் பாகுபாடு தொடங்கி, பெண்கள் மீதான அனைத்து வன்முறைகளையும் இயல்பு என நம்புகிறவர்கள் நம்மைச் சுற்றி அதிகம். அதேபோல்தான் பெண்களும் குழந்தைகளும் கடத்தப்படுவதும் அவர்கள் பண்டங்களாக விற்கப்படுவதும் ஆண் மனதின் வக்கிரங்களுக்குப் பலியாக்கப்படுவதும் பலரை அசைத்துக்கூடப் பார்ப்பதில்லை.

பண்டங்கள் ஓரிடத்தில் இருந்து மற்றோர் இடத்துக்கு எடுத்துச் செல்லப்படுவதைப் போல்தான் ஆள் கடத்தல் வலைப்பின்னலும் செயல்படுத்தப்படுகிறது. முதலில் சம்பந்தப்பட்ட ஆணோ பெண்ணோ குழந்தையோ வாங்கப்படுகிறார்கள் அல்லது கடத்தப்படுகிறார்கள். வாங்கும் விதம் நபரையும் நாட்டையும் பொறுத்து வேறுபடலாம். சம்பந்தப்பட்ட குடும்பத்தாருக்குப் பணம் கொடுத்து நேரடியாக வாங்கலாம் அல்லது வேலை வாங்கித் தருவதாகவோ வெளியூரில் பள்ளியில் சேர்த்துவிடுவதாகவோ மோசடி செய்து கடத்தலாம். போலியான திருமணங்கள் மூலமும் பலர் கடத்தப்படுகிறார்கள். சிலர் தங்கள் அதிகாரத்தையும் செல்வாக்கையும் பயன்படுத்தி மனிதர்களைக்

கடத்துவது உண்டு. சாலையில் திரியும் குழந்தைகளைக் கடத்துவது, பல நாடுகளில் எளிதான செயலாக இருக்கிறது. பெரும்பாலான நாடுகளில் அரசாங்கமே ஆள் கடத்தலுக்கு உறுதுணையாக இருக்கும் கொடுமையும் நடக்கிறது. ஆள் கடத்தல், போதைப்பொருள் வர்த்தகம், பாலியல் தொழில் ஆகிய மூன்றும் ஒன்றுடன் ஒன்று தொடர்புடையவை. இது பணம் கொழிக்கும் பெரும் வியாபாரமாக இருப்பதால் பல நாடுகள் இதைக் கண்டுகொள்வதில்லை.

திட்டமிடப்பட்ட குற்றங்கள்

'மகாநதி' திரைப்படத்தில் நாயகனின் மகள் கடத்தப்படுவதாகக் காட்சிப்படுத்தப்பட்டது ஆள் கடத்தல் சமுத்திரத்தின் துளி மட்டுமே. காணாமல் போன மகளைத் தேடிக் கண்டுபிடித்து மீட்பது போன்ற சாகசமெல்லாம் திரைப்படங்களில் மட்டுமே சாத்தியம். காரணம், ஒருவர் கடத்தப்பட்டுவிட்டால் அவரை எளிதில் கண்டுபிடித்து மீட்க முடியாத அளவுக்கு மர்மமான, உறுதியான வலைப்பின்னல் கொண்டது ஆள்கடத்தல் மாஃபியா. இதில் ஏராளமான படிநிலைகள் உண்டு. உள்ளூரில் ஒரு குழந்தையையோ

பெண்ணையோ கடத்துகிறவரின் பணி அதோடு முடிந்துவிடும். அடுத்த அவர்கள் யார் கைக்கு மாற்றப்படுவார்கள், எந்த நாட்டுக்கு அழைத்துச் செல்லப்படுவார்கள், எங்கே அடைத்து வைக்கப்படுவார்கள் என்கிற விவரமெல்லாம் முதல் நிலை ஆளுக்குத் தெரியாது. அதேபோல்தான் கடைநிலை ஆளுக்கும் எதுவும் தெரியாது. அந்த அளவுக்குத் திட்டமிடப்பட்டுச் செயல்படுத்தப்படுகிற குற்றமாக ஆள் கடத்தல் இருக்கிறது.

கடத்தப்படுகிற அனைவரும் ஒரே நோக்கத்துக்காகக் கடத்தப்படுவதில்லை. சிலர் நவீனக் கொத்தடிமைகளாக வீட்டு வேலையிலும் பண்ணை வேலையிலும் ஈடுபடுத்தப்படுகிறார்கள். உடல் உறுப்புத் திருட்டுக்காகவும் பலர் கடத்தப்படுகிறார்கள். கடத்தப்படுவோரில் பெரும்பாலான பெண்களும் குழந்தைகளும் பாலியல் தொழிலில் ஈடுபடுத்தப்படுகிறார்கள். இவர்கள் பாலியல் தொழிலுக்கென இருக்கும் பிரத்யேகப் பகுதிகளில் விடப்படலாம் அல்லது பாலியல் சந்தைகளில் விற்கப்படலாம். அல்லது போர்னோகிராபி எனப்படும் வல்லுறவுப் படங்களில் காட்சிப்படுத்தப்படலாம். பல ஆண்டுகளாக உலக நாடுகள் பலவற்றில் நடைபெற்றுவரும் ‘பாலியல் சுற்றுலா’வில் பயணிகளுக்கு இரையாக்கப்படலாம்.

பணமும் அதிகாரமும்

மனிதர்களை விற்பது, வாங்குவது, பரிசாக அளிப்பது, வாடகைக்கு விடுவது, கடனாக வழங்குவது என உலகின் அவ்வளவு கீழ்த்தரமான செயல்களும் இந்தப் பாலியல் சந்தைகளில் அரங்கேறும். பெரும்பாலும் குழந்தைகளும் வளரிளம் பெண்களுமே இந்தச் சந்தையில் விரும்பி வாங்கப்படுகிற பண்டங்களாக இருக்கிறார்கள். “பாலியல் சந்தைகளில் விற்கப்படும் பாலியல் அடிமைகளின் எண்ணிக்கை, பொ.ஆ.

(கி.பி) 1500 முதல் 1800 வரை அடிமைகளாக விற்கப்பட்ட ஆப்ரிக்கர்களின் எண்ணிக்கையை விட அதிகம். உலக அளவில் ஒவ்வோர் ஆண்டும் 13 லட்சத்து 90 ஆயிரம் பெண்களும் குழந்தைகளும் பாலியல் அடிமைகளாக்கப்படுகின்றனர்” என்கிறார் லிடியா காச்சோ. மெக்சிகோ நாட்டுப் பத்திரிகையாளரான இவர், ஆள் கடத்தல் குறித்தும் இதில் ஈடுபட்டுவரும் சர்வதேச மாஃபியா குறித்தும் புலனாய்வு செய்து அந்தத் தகவல்களைப் புத்தகமாகத் தொகுத்திருக்கிறார் (பெண் எனும் பொருள், தமிழில்: விஜயசாய், விடியல் பதிப்பகம்). ஆள் கடத்தல் தொடர்பாக 175 நாடுகளில் ஆவணப்படுத்தப்பட்ட தகவல்கள் முதலாளித்துவத்தின் பலவீனத்தையும் வல்லரசு நாடுகளில் பொருளாதாரச் சட்ட திட்டங்களில் மலிந்திருக்கும் ஏற்றத்தாழ்வையும் பிரதிபலிப்பதாக லிடியா குறிப்பிடுகிறார்.

பெண்களும் குழந்தைகளும் கடத்தப்பட்டுக் காணாமலாக்கப்படுவது குறித்து ஐ.நா. தொடர்ந்து கவலை தெரிவித்துவரும் நிலையில் இந்தியா உள்படப் பல்வேறு நாடுகள் ஆள்கடத்தலுக்கு எதிரான செயல்களில் மிகத் தீவிரமாக இறங்கியிருப்பதாகத் தெரிவித்துள்ளன. நாடுகள் இவ்வளவு

'தீவிரமாக'ச் செயல்பட்ட பிறகும் ஆள் கடத்தல் ஏன் குறையவில்லை? காரணம், பணம். இந்த வர்த்தகத்தில் கிடைக்கிற பணமும் அதிகாரமும் போதையும் வர்த்தகத்தில் ஈடுபடுகிறவர்களை ஊக்குவிக்கின்றன. பல்வேறு நாடுகளில் அரசு அமைப்பில் மலிந்திருக்கும் லஞ்சமும் ஊழலில் சர்வதேசக் கடத்தல் கும்பலுக்கு அசைக்க முடியாத துணிவைத் தருகின்றன.

புத்தகத் திருவிழா, கோயில் திருவிழா என நாட்டுக்கு ஏற்ற வகையில் பல்வேறு திருவிழாக்கள் நடைபெறுவதைக் கேள்விப்பட்டிருப்போம். ஜெர்மனி, தென்னாப்ரிக்கா, அமெரிக்கா, இந்தோனேஷியா, இங்கிலாந்து, போலந்து உள்படப் பல நாடுகளில் ஆண்டுக்கொரு முறை நடைபெறும் திருவிழா என்ன தெரியுமா?

21

'எதற்கும் உதவாதவர்கள்' செய்யும் வேலை

மார்ச் மாதம் முழுவதும் பெண்களின் வரலாற்றை நினைவுகூரும் மாதமாக உலகம் முழுவதும் கடைப்பிடிக்கப்படுகிறது. சாதிய, வர்க்க, பாலினப் பாகுபாடுகள் மலிந்த நம் சமூகத்தில் எழுதப்பட்ட பெண்களின் வரலாறு, இந்தப் பாகுபாடுகளைக் கடந்தது அல்ல. யாரால், எதற்காக வரலாறு எழுதப்பட்டது அல்லது மறைக்கப்பட்டது என்பதும் விவாதத்துக்குரியது.

சமூகத்துக்குப் பங்களித்த பெண்களின் பெருமையைப் பேசுவது மட்டுமல்ல பெண்களின் வரலாறு. சமூகத்தின் ஒவ்வொரு படிநிலையிலும் உரிமைகள் மறுக்கப்பட்டு ஒடுக்குமுறைக்கு ஆளாகும் பெண்களின் நிலையைப் பேசுவதும் வரலாறுதான். காரணம், நாம் வெற்றிக் கதைகளாகக் கொண்டாடும் பெரும்பாலான நிகழ்வுகள் பெண்களை வதைத்து உருவாக்கப்பட்டவையே. பாலுறவைத் தொழிலாக, மாபெரும் வர்த்தகமாக உலக நாடுகள் மாற்றிய கொடூரமும் பெண்ணுடலைப் பண்டமாக்கி நிகழ்த்தப்பட்டதுதான்.

பதறச் செய்யும் சந்தைகள்

எளிமையான கிராமத்துத் திருவிழாக்களின்போது முளைத்துவிடுகிற தற்காலிகக் கடைகளில் தின்பண்டங்களும் விளையாட்டுப் பொருள்களும்

கிடைக்கும். ஆனால், உலக நாடுகள் பலவற்றில் நடைபெறுகிற பாலியல் சந்தைகளிலும் திருவிழாக்களிலும் பொருள்களின் இடத்தை மனிதர்களுக்கு அளித்துவிடுவார்கள். பேரம் என்கிற பேச்சுக்கே இடமின்றி சதை வியாபாரம் அங்கே கொடிகட்டும். எதைப் பார்த்தாலும் வாங்கிக் குவிக்கும் மனிதர்களின் நுகர்வு வெறியோடு ஆண் மனதின் வக்கிரமும் இணைகிற புள்ளியைப் பாலியல் வர்த்தகத்தில் ஈடுபடுகிற இடைத்தரகர்கள் மிக நேர்த்தியாகப் பயன்படுத்திக்கொள்கிறார்கள். வண்ணக் காகிதங்களுக்குள் பொதியப்பட்ட கண்கவர் விற்பனைப் பொருளைப் போலவே பெண்களும் அந்தச் சந்தைகளில் காட்சிப்படுத்தப்படுகின்றனர்.

மனிதர்களின் பாலியல் வக்கிரங்களுக்குத் தீனிபோடும் வகையில் பெரும்பாலான நாடுகளில் ஆண்டுதோறும் பாலியல் திருவிழாக்கள் நடத்தப்படுகின்றன. மனித மனத்தின் அவ்வளவு வக்கிரத்தையும் அந்தச் சந்தைகளில் காணலாம். பாலியல் வக்கிரம் மலிந்த கதைகளையும் படங்களையும் பார்த்தவர்கள் அவற்றை நேரில் பார்க்கக் கிடைத்த வாய்ப்பாக இந்தத் திருவிழாக்களைப் பயன்படுத்திக்கொள்கின்றனர். கலை வடிவங்களில் ஒன்றான திரைப்படங்கள், எல்லாக் காலத்திலும் சமூக நீதியை மட்டுமே பேசிக்கொண்டிருக்கத் தேவையில்லை. ஆனால், கலைப்படைப்பின் சுதந்திரம் என்கிற போர்வையில் படங்களில் காட்சிப்படுத்தப்படுகிற பெண்ணுடல் குறித்துப் பலருக்கும் எந்தக் கேள்வியும் இல்லை. அவற்றைப் பார்த்துத் தூண்டப்படுகிற மனித

மனங்களை அடுத்த கட்டத்துக்கு போர்னோகிராபி படங்கள் எடுத்துச் செல்கின்றன. அதையும் நேரில் காணும் வாய்ப்பை இதுபோன்ற பாலியல் திருவிழாக்களும் சந்தைகளும் வழங்குகின்றன.

செயல்படுத்தப்படாத சட்டங்கள்

டென்மார்க்கில் நடைபெறும் பாலியல் திருவிழாவில் திரும்பிய திசையெல்லாம் அரை குறை ஆடையோடு மனிதர்கள் இருக்கிறார்கள். தென்னாப்ரிக்கவிலும் ஆஸ்திரேலியாவிலும் புத்தகக் காட்சியைப் போலவே பாலியல் கண்காட்சியை நடத்துகிறார்கள். வகைக்கு ஒன்றாகப் பெண்கள் இங்கே காட்சிப்படுத்தப்படுகிறார்கள். ஃபின்லாந்தில் நடைபெறும் ஜெர்மனி, லண்டன், ஸ்பெயின், இந்தோனேஷியா, போலந்து என ஏராளமான நாடுகள் இதுபோன்ற திருவிழாக்களையும் சந்தைகளையும் நடத்துகின்றன. இவை அனைத்தையும்மனிதர்கள் தங்களை ஆசுவாசப் படுத்திக்கொள்வதற்கான நடைமுறை என்று நியாயப்படுத்துபவர்களே அதிகம். ஒருவரது ஆசுவாசம் மற்றொருவரது வேதனையாக இருப்பதுதான் சிக்கல். இது போன்ற திருவிழாகளில் காட்சிப்படுத்தப்படும் பெரும்பாலான பெண்கள் கட்டாயத்தின் பேரில்தான் அதில் ஈடுபடுத்தப்படுகிறார்கள். அதிலும் கடத்திவரப்பட்ட பெண்களே அதிகம்.

உலகின் பல நாடுகளில் இந்தப் பாலியல் வர்த்தகத்தை பெருநிறுவன அமைப்பின் நேர்த்தியோடு செய்து முடிக்கத் தனித் தனி குழுக்களே இருக்கின்றனர். உலகறிந்த அந்தக் குழுக்களைக் கட்டுப்படுத்தச் சட்டங்கள் உண்டு; ஆனால், அவை செயலாக்கம் பெறுவது கடல் நீர் முழுவதும் குடிநீராக மாறும் அற்புதத்துக்கு இணையானது. ஜப்பானின், 'யாகுசா', மாபெரும் வலைப்பின்னல் கொண்ட ஆள் கடத்தல் குழு. ஜப்பான் மொழியில் 'யாகுசா' என்றால் 'எதற்கும் உதவாத' என்று பொருள். பெயர்தான் எதற்கும் உதவாததே தவிர, அவர்களது செயல் பெண்ணுடலை ஆதாரமாக வைத்துப் பொருளீட்டுவதுதான். 5,000க்கும் மேற்பட்ட 'யாகுசா' குழுக்கள் ஜப்பான் முழுவதும் செயல்பட்டுக்கொண்டிருக்கின்றன. சீனத்தின் 'டிரையட்ஸ்' குழுவும் இதற்குச் சளைத்தது அல்ல. இவர்களும் பெண்களைக் கடத்திப் பாலியல் தொழிலில் அவர்களை ஈடுபட வைப்பதில் கைதேர்ந்தவர்கள். இத்தாலி, ரஷ்யா, அல்பேனியா, கம்போடியா, தாய்லாந்து எனப் பல நாடுகளில் போதைப்பொருள் வர்த்தகமும் பாலியல் தொழிலும் ஒன்றுடன் ஒன்று நெருக்கமான தொடர்புடையவையாக இருக்கின்றன.

22

கண்ணை மூடிக்கொள்ளும் உலக நாடுகள்

அந்தச் சிறுமிக்கு நான்கு அல்லது ஐந்து வயது இருக்கலாம். ரயில் தண்டவாளத்துக்கு நடுவே நினைவற்ற நிலையில் அவளைக் காண்கிறார் சுனிதா கிருஷ்ணன். பாலியல் வர்த்தகத்துக்காகக் கடத்தப்படும் பெண் குழந்தைகளையும் பெண்களையும் மீட்பதற்காக ஹைதராபாத்தில் 'பிரஜ்வலா' என்கிற அமைப்பை நடத்திவருகிறார் சுனிதா கிருஷ்ணன். அந்தச் சிறுமியை மீட்ட விதம் குறித்து அவர் சொன்னவை: "அவளை நாங்கள் மீட்டபோது எத்தனை பேர் என்று சொல்ல முடியாத அளவுக்குப் பலரால் அவள் வல்லுறவுக்கு ஆளாக்கப்பட்டிருந்தாள். அவளுடைய குடல் உடலுக்கு வெளியே இருந்தது. அந்த அளவுக்கு மிக மோசமான வல்லுறவுக்கு அவள் ஆளாக்கப்பட்டிருந்தாள். குடலை அவளது உடலுக்குள் வைக்க 32 தையல்கள் போடப்பட்டன" என்கிறார் சுனிதா.

இந்தியாவின் முன்னணி நகரத்தைச் சேர்ந்த ஐந்து வயதுப் பெண் குழந்தை, குடிக்கு அடிமையான தந்தையால் ஆபாசப் படங்கள் எடுக்கும் நபருக்கு விற்கப்படுகிறாள். வட இந்திய மாநிலம் ஒன்றில் நடுத்தரக் குடும்பத்தைச் சேர்ந்த இளம்பெண் ஒருவர் வேலை வாங்கித் தருவதாகச் சொன்னவனால் பாலியல் தொழிலுக்குள் தள்ளப்படுகிறார். இந்தப் பெண் குழந்தைகளின், பெண்களின் உடல்தான் உலகம் முழுவதும்

நடைபெற்றுவரும் 2,000 கோடி டாலர் மதிப்பிலான வர்த்தகத்தின் மூலப்பொருள். இந்த வர்த்தகத்தைப் பொறுத்தவரை இந்தக் குழந்தைகளும் பெண்களும் உயிருள்ள மனிதர்கள் அல்லர்; பணம் சம்பாதித்துத்தரும் பண்டங்கள்.

வருமானம் ஈட்டும் 'பண்டங்கள்'

வெளிநாட்டினரைத் தங்கள் நாட்டுக்கு வரவழைக்கும் அஸ்திரமாக இந்தப் 'பண்டங்க'ளைத்தான் உலக நாடுகள் பயன்படுத்துகின்றன. மருத்துவச் சுற்றுலா, ஆன்மிகச் சுற்றுலா போல இன்றைக்குப் பாலியல் சுற்றுலா மிக முக்கியமான தொழிலாக வளர்ந்து நிற்கிறது. இந்தச் சுற்றுலாவும் அதன் அடிப்படையான பாலியல் வர்த்தகமும் தாய்லாந்து, பிலிப்பைன்ஸ், சீனா போன்ற ஆசிய நாடுகள், அமெரிக்கா, ஆப்ரிக்கா, ஐரோப்பிய நாடுகள் என உலகம் முழுவதும் கறையான் புற்றுபோலப் பரவியுள்ளன. தென்கிழக்கு ஆசிய நாடுகள் உள்ளிட்ட பல நாடுகள் பாலியல் சுற்றுலாவில் பெண் குழந்தைகளைத்தான் பெரும்பாலும் ஈடுபடுத்துகின்றன. இதற்கும் தனி வலைப்பின்னல் உண்டு. பல நாடுகளின் மொத்த உள்நாட்டு உற்பத்தியில் பாலியல் சுற்றுலாவின் பங்களிப்பு 2 – 14 சதவீதம் என்பது அந்நாடுகளில் சீரழிக்கப்படும் குழந்தைகள், பெண்களின் எண்ணிக்கையைக் காட்டுகிறது.

ஒருங்கமைக்கப்பட்ட, திட்டமிடப்பட்ட குற்றங்களில் முதன்மையாக இருக்கிற பாலியல் வர்த்தகமும் அதன் அங்கமான பாலியல் சுற்றுலாவும் வளர்ந்துவரும் வேகம் அதிர்ச்சியளிக்கிறது. 2030ஆம் ஆண்டுக்குள் கிட்டத்தட்ட 180 கோடி பேர் உலகின் ஏதோவொரு நாட்டுக்குப் பாலியல் சுற்றுலா செல்லக்கூடும் என்கிற புள்ளி விவரமே அதற்குச் சான்று.

பாலியல் குற்றவாளிகளும் பாலியல் சுற்றுலாப் பயணிகளும் ஒரே குற்றத்தைத்தான் இழைக்கிறார்கள் என்கிறபோதும் இருவருக்கும் வேறுபாடு உண்டு. பாலியல் சுற்றுலா செல்லும் பெரும்பான்மையான நபர்கள் பாலியல் குற்றங்களில் ஈடுபடுகிறவர்கள் அல்லர். ஆனால், கிடைக்கிற வாய்ப்பைப் பயன்படுத்திக்கொண்டு தங்கள் மன வக்கிரங்களுக்கு வடிகால் தேடும் கயவர்கள். பாலியல் – கேளிக்கை விடுதிகளில் இருக்கும் பெண்களுக்குச் சுற்றுலாப் பயணிகள் பணம் தருவதால் அது அந்தப் பெண்களும் குழந்தைகளும் விரும்பிச் செய்கிற பணி என்பது மோசமான, உண்மைக்குப் புறம்பான வாதம். பணத்தைக் கொடுத்துவிட்டு ஓர் உயிரைச் சிதைக்கலாம் என்பது மனிதத்தன்மையற்ற செயல். பாலியல் வர்த்தகத்தில் ஈடுபடுத்தப்படும் பெண்களில்

பெரும்பான்மையானோர் தங்களது விருப்பத்துக்கு மாறாகத்தான் அதில் ஈடுபடுத்தப்படுகிறார்கள். பலர் கடத்திவரப்பட்டு அந்தத் தொழிலுக்குள் தள்ளப்பட்டவர்கள். "பாலியல் விடுதிகளில் இருந்து மீட்கப்பட்ட அனைத்துப் பெண்களின் வாக்குமூலத்திலும் ஓர் ஒற்றுமையைக் காண முடியும். அது, ஆண் மனதின் வக்கிரம். அவர்களிடம் வருகிற ஆண்களில் ஒருவராவது அவர்களது பிறப்புறுப்பில் மிளகாய்ப்பொடியைத் தூவியிருப்பார், சிகரெட்டால் சூடு வைத்திருப்பார், கையாலோ வேறு ஆயுதத்தாலோ பலமாக அடித்திருப்பார். வார்த்தைகளில் சொல்லவே முடியாத அளவுக்கு மிகக் கொடூரமாக நடந்திருப்பார்" என்கிறார் சுனிதா கிருஷ்ணன். பெண் குழந்தைகளின், பெண்களின் உடலை மையமாக வைத்து இயங்கும் வியாபாரத்தில் கொழிக்கும் பணத்துக்குப் பின்னால் இதுபோன்ற வேதனைகளும் வலியுமே இருக்கின்றன.

என்ன காரணம்?

பலரும் ஏன் பாலியல் சுற்றுலாவுக்குச் செல்கிறார்கள்? தங்கள் சொந்த ஊரிலோ அல்லது நாட்டிலோ இது போன்ற செயலில் ஈடுபடுவது சட்டப்படி குற்றம் என்று அவர்களுக்குத் தெரியும். தங்களுக்குத் தெரிந்தவர்கள் அல்லது குடும்பத்தினர் முன்னிலையில் பாலியல் விடுதிகளுக்குச் செல்வது அவர்களது கண்ணியத்தைக் குலைத்துவிடும் என்கிற அச்சமும் முக்கியமான காரணம். இதுபோன்ற செயலில் ஈடுபடுவதால் தாங்கள் அதுவரை கட்டிக்காத்துவந்திருக்கும் ஒழுக்கமும் 'நல்லவன்' என்கிற பிம்பமும் கேள்விக்குள்ளாக்கப்படும் என்பதும் பாலியல்

சுற்றுலாவை அவர்கள் தேர்ந்தெடுக்கக் காரணங்கள். சுற்றுலாவில் முகமறியா மனிதர்களின் முன்னிலையில் தான் என்ன செய்தாலும் தன் ஒழுக்கத்துக்குக் களங்கம் வராது என்கிற துணிவு அவர்களை என்ன வேண்டுமானாலும் செய்ய வைக்கிறது. அதாவது குறிப்பிட்ட பெண் குழந்தையையோ அல்லது பெண்ணையோ தன் மன வக்கிரங்களுக்கு வடிகாலாகப் பயன்படுத்திக்கொள்ளத் தூண்டுகிறது. இதில் அந்தப் பெண்களுக்கு என்ன ஆனாலும் அதைப் பற்றிப் பயணிகள் கவலைப்படத் தேவையில்லை. காரணம், என்ன நடந்தாலும் சுற்றுலாவுக்கு ஏற்பாடு செய்துதந்த நிறுவனம் சமாளித்துக்கொள்ளும். 'சுற்றுலாப் பயணி' என்கிற கௌரவமான அடையாளத்தை வைத்து எளிதாகத் தப்பிவிட முடியும். அந்தப் பெண் குழந்தையோ பெண்ணோ இறக்க நேர்ந்தால்கூட இவர்களுக்குக் கவலையில்லை. அந்தப் பெண்களின் அடையாளமற்ற தன்மை இவர்களுக்குச் சாதகமாகிவிடும். காரணம், கடத்திவரப்பட்ட பெண்கள்தாம் பாலியல் விடுதிகளில் பெரும்பாலும் அடைத்துவைக்கப் படுவர்.

இது குற்றமில்லையா?

பாலியல் சுற்றுலாவுக்குச் செல்லும் நாடுகளின் சட்டங்களில் இருக்கும் ஓட்டைகளையும் அந்நாட்டு மக்களின் வறுமையையும் பயன்படுத்திக்கொண்டு, பாலியல் வர்த்தக மாபியாக்களின் துணையோடு பெண்களைப்பண்டங்களாக மட்டுமே நடத்தும் 'பயணிகள்' சிலவற்றைக் கவனத்தில்கொள்ள மறந்துவிடு கின்றனர். பல நாடுகளில் பாலியல் தொழில் என்பது அனுமதிக்கப்பட்ட தொழிலாகவே இருந்தாலும் ஆள் கடத்தல் என்பது உலகளாவிய குற்றமே. கடத்திக்கொண்டுவரப்படும் பெண்குழந்தைகளும் பெண்களுமே பெரும்பான்மையாகப் பாலியல் தொழிலில் ஈடுபடுத்தப்படுகிறார்கள். பெண்களின் விருப்பத்துக்கு மாறாகவும் இயல்புக்கு மாறாகவும் உறவில் ஈடுபடுவதும் குற்றமே. பாலியல் தொழிலுக்காகவே பல நாடுகள், பாலுறவுக்குப் பெண்கள் சம்மதிக்கும் வயதை 14 – 16 என்கிற அளவில் வைத்திருக் கின்றன. இந்தியாவில் 16ஆக இருந்த வயது வரம்பு, பெண் குழந்தைகள் மீதான பாலியல் கொடுமையைத் தடுக்கும் பொருட்டு 18ஆக மாற்றப்பட்டது. இந்தியாவில் 18 வயதுக்குக் கீழேயுள்ள பெண் குழந்தைகளிடம் உறவுகொள்வது சட்டப்படி குற்றம். குழந்தைகளை வைத்து ஆபாசப் படங்கள் எடுப்பதும் சட்டப்படி குற்றமே. ஆனால், உலக அளவில் மிக முக்கியமான தொழில்களில் ஒன்றாகவும் பலரால் விரும்பிப் பார்க்கப்படுவதாகவும் இது இருப்பது வேதனையானது. தாய்லாந்தில்

பாலியல் வர்த்தகத்தில்ஈடுபடுத்தப்படுவோரில் 30 சதவீதத்துக்கும் அதிகமானோர் பெண் குழந்தைகளே.

பெண்களையும் குழந்தை களையும் பாதுகாக்கும் உலக நாடுகளின் சட்டங்கள் எல்லாம் கோடிக்கணக்கில் பணம் புழங்கும் வர்த்தகத்தின் முன் எம்மாத்திரம்? பெண்களின் வாழ்வுரிமைக்கு எதிரான பாலியல் வர்த்தகம், போதைப்பொருள் வர்த்தகம், ஆள் கடத்தல், பாலியல் சுற்றுலா போன்றவற்றுக்கு எதிராகப் பல்வேறு அமைப்புகள் உலகம் முழுவதும் செயல்பட்டுவருகின்றன. இவை குறித்து ஆராய்ந்து புள்ளிவிவரங்களையும் தீர்வுகளையும் முன்வைக்கின்றன. ஆனாலும் உலக நாடுகள் சட்டமியற்றுவதோடு ஏன் ஒதுங்கிக்கொள்கின்றன? இவை பெண்களின் உடல் மீது நிகழ்த்தப்படுகிற வன்முறை என்பதால் பெண்களைப் பற்றிப் பெரும்பாலான நாடுகளுக்குக் கவலையில்லை. இரண்டாவது, இவை பணம் கொழிக்கும் வர்த்தகம் என்பதால் பணத்துக்கு முன் பெண்களின் வாழ்வுரிமை மதிப்பிழக்கிறது. உலக நாடுகள் மனசாட்சியின்படி நடந்துகொண்டால் மட்டுமே பெண்கள் பண்டங்களாக்கப்படுவது குறையும். அனைத்தையுமே மௌனமாகப் பார்த்துக்கொண்டிருக்கும் பொதுமக்கள், இந்தக் குற்றத்தில் தங்களுக்கும் பங்கு இருக்கிறது என்பதை உணர வேண்டும்.

பெண்களின் வாழ்வுரிமையைப் பற்றிப் பேசும்போது அவர்களின் ஆடை குறித்த விவாதத்தைத் தவிர்க்க முடியாது. தாங்கள் விரும்பியபடி ஆடை அணிவது பெண்களின் உரிமை என்கிற குரல் உரத்து ஒலிக்கும் இந்நாளில் பெண்கள் ஆடை அணிய மறுக்கப்பட்டது குறித்தும் பேச வேண்டும்.

23

அடிமைச் சின்னமல்ல ஆடை

ஆடை என்பது எல்லாக் காலத்திலும் பெண்ணின் ஒழுக்கத்துடனும் கண்ணியத் துடனும் நேரடித் தொடர்பில் இருப்ப தாகவே கட்டமைக்கப்பட்டுள்ளது. ஆடையை வைத்தே ஒரு பெண்ணின் ஒழுக்கத்தை அளவிடும் ஆணாதிக்கச் சமூகம், அந்தப் பெண்ணின் அல்லது அவள் சார்ந்த குடும்பம்/சமூகத்தின் கண்ணியத்தைக் குலைக்க வேண்டும் என்றால் அதே ஆடையைத்தான் ஆயுதமாகவும் கையில் எடுக்கிறது. புராணக் கதைகள் தொடங்கி மணிப்பூர் கலவரம் வரை இதுதான் நிதர்சனம்.

வியாச மகாபாரதத்தில் அல்லாமல் தமிழகத்தில் சொல்லப்படும் மகாபாரக் கதையில் கர்ணன் – துரியோதனன் நட்பின் ஆழத்தை விளக்கும் காட்சி ஒன்று உண்டு. துரியோதனன் மனைவி பானுமதியும் கர்ணனும் சொக்கட்டான் விளையாடிக் கொண்டிருக்கையில் கணவரைப் பார்த்ததும் பாதி விளையாட்டில் பானுமதி எழுந்துகொள்கிறார். தோற்றுவிடுவோமோ எனப் பயந்துதான் பானுமதி எழுந்து கொண்டார் என நினைத்துத் தொடர்ந்து விளையாட வரும்படி அவரது ஆடையை கர்ணன் பிடித்து இழுக்கிறார். அதைப் பார்த்துவிட்ட துரியோதனன் தங்கள் இருவரையும் தவறாக நினைக்கக்கூடும் என கர்ணனும் பானுமதியும் கலங்கி நிற்க,

அந்தச் சூழலை துரியோதனன் மிக இயல்பாகக் கடந்துசெல்கிறார். அந்நிய ஆடவனால் தன் மனைவியின் ஆடை இழுபட்டபோது அந்தச் செய்கையால் தன் மனைவியின் கண்ணியம் குறைந்துவிடாது என நம்பிய துரியோதனன்தான் பாண்டவர்களின் கண்ணியத் தைக் குலைக்க பாஞ்சாலியைச் சபை நடுவில் துகிலுரித்தார். இரண்டு சம்பவங்களிலும் பெண்ணின் ஆடை பறிக்கப் படுவதுதான் மையம். ஆனால், ஒன்று நட்பைப் பெருமைப் படுத்த, மற்றொன்றோ பெண்ணைச் சிறுமைப்படுத்துகிறது. முன்னதைவிடப் பின்னதைத்தான் நம் சமூகம் தனக்குச் சாதகமாகப் பயன்படுத்திக்கொண்டது. பெண்ணை ஆடையின் பெய ரால் வெவ்வேறு வகைகளில் அடிமைப்படுத்தியும் வருகிறது.

19ஆம் நூற்றாண்டில் தொடக்கத்தில் தமிழகத்தின் தற்போதைய கன்னியாகுமரி மாவட்டத்தையும் உள்ளடக்கிய திருவிதாங்கூர் சமஸ்தானத்தில் நடைபெற்ற கொடூரங்கள் ஆடையின் பெயரால் பெண்கள் குலைக்கப்பட்ட வரலாற்றுக்குச் சான்றுகளாக உள்ளன. திருவிதாங்கூர் சமஸ்தானத்துக்கு உள்பட்ட பகுதிகளில் பெண்கள் மேலாடை அணிவது/அணிய மறுக்கப்பட்டது தொடர்பாக தமிழகம், கேரளம், வெளிநாட்டினர் எனப் பல கோணங்களில் வாதங்கள் முன்வைக்கப் படுகின்றன. ஒரு சாரார் சொல்வதைப் பிறர் முற்றாக மறுத்தும்வருகின்றனர். ஆனால், குறிப்பிட்ட சில சமூகங்களைச் சேர்ந்த பெண்கள் மேலாடை அணிவதற்காகத் தொடர் போராட்டம் நடத்தப்பட்டது என்பது வரலாறு.

அடிமைப்படுத்தவா ஆடை?

திருவிதாங்கூர் சமஸ்தானத்தில் உயர் சாதியைச் சேர்ந்தவர்களாகத் தங்களை அறிவித்துக்கொண்டவர்கள் (நம்பூதிரிகள், நாயர்கள்), அவர்களால் ஒடுக்கப் பட்டவர்கள் என அறிவிக்கப்பட்ட பிரிவைச் சேர்ந்தவர்களுக்குச் (ஈழவர்கள், புலையர்கள், சாணார்கள், பறையர் உள்ளிட் டோர்) சில கட்டுப்பாடுகளை விதித்திருந்தனர். அது சாதியப் படிநிலைகளின் அடிப்படையிலான ஒடுக்குமுறைகளும் தீண்டாமையும் கடைப் பிடிக்கப்பட்ட காலம். ஒடுக்கப்பட்ட சாதியைச் சேர்ந்தவர்கள் நம்பூதிரிகளிடமிருந்து 36 அடி தொலைவிலும் நாயர்களிடமிருந்து 12 அடி தொலைவிலும்தான் நிற்க வேண்டும் என்கிற எழுதப்படாத சட்டம் இருந்தது. அப்படியொரு மோசமான காலத்தில், ஆதிக்கச் சாதியைச் சேர்ந்தவர்கள் கடவுளின் முன் எப்படி மார்பை மறைக்காமல் இருக்கிறார்களோ அதேபோல் அவர்களின் முன் ஒடுக்கப்பட்ட பிரிவைச் சேர்ந்த ஆண்களும் பெண்களும் இடுப்புக்கு மேலே ஆடை அணியக் கூடாது என்று விதிக்கப்பட்டிருந்தது.

ஒடுக்கப்பட்ட பிரிவைச் சேர்ந்த பெண்கள், பிறர் முன்னிலையில் மேலாடை அணிந்து வருவது பெரும் பாவமாகவும் களங்கமாகவும் கருதப்பட்டது. பெண்கள் மேலாடை அணிவதற்கு 'முலை வரி' விதிக்கப்பட்டதாகவும் சொல்லப்படுகிறது. ஆண்களுக்கு விதிக்கப்பட்ட 'தலைவரி' யைப் போன்றதுதான் இதுவும், மேலாடை அணிவதற்கும் இதற்கும் தொடர்பு இல்லை என மறுப்போரும் உண்டு. ஆனால், 'முலைவரி'யை வசூலிக்க 'கேள்விக்கார்'கள் நியமிக்கப்பட்டதற்கும் 'முலைவரி' செலுத்தாத நபர்களின் மனைவியர் கடும் தண்டனைக்கு ஆளாக்கப்பட்டதற்கும் வரலாற்றுச் சான்றுகள் உள்ளன. 'முலை வரி' செலுத்தாத பெண்களின் முதுகின் மீது கற்கள் அடுக்கப்பட்டு நாள் முழுவதும் நிற்க வைக்கப்பட்டனர். பெண்கள் சிலர் இறக்கும் வரைக்கும் அடித்துக் கொடுமைப்படுத்தப்பட்டனர். இப்படிப் பெண்களைக் கொடுமைப்படுத்துவதன் மூலம் அந்தக் குடும்பத்தைச் சேர்ந்த ஆண்களைச் சிறுமைப்படுத்தி அச்சுறுத்தலாம் என்பது ஆதிக்கச் சாதியினரின் கணக்கு. 'எனக்கு நீ சமம் அல்ல' என்பதைப் பெண்களின் ஆடையின் மூலமாகவும் உணர்த்திவிடத் துடித்த ஆதிக்க மனப்பான்மையின் வெளிப்பாடுகள் இவை.

24

ஆடை என்னும் தன்மான ஆயுதம்

தென்னிந்தியாவில் சமூகச் சீர்திருத்தத்துக்காகவும் சமத்துவத் துக்காகவும் முன்னெடுக்கப்பட்ட போராட்டங்களில் முதன்மையானது ஒடுக்கப்பட்ட சாதியைச் சேர்ந்த பெண்கள் மேலாடை அணிவதற்காக நடத்தப்பட்ட 'சாணார் புரட்சி' எனப்படும் 'தோள்சீலைப் போராட்டம்'. இது 'மேல்சீலைக் கலகம்' எனவும் வரலாற்றில் பதிவுசெய்யப்பட்டுள்ளது.

சாதித் தூய்மைவாதம் பேசுவோர் எல்லாக் காலத்திலும் உண்டு. தோள்சீலைப் போராட்டத்தையும் அவர்கள் அப்படித்தான் அணுகுகிறார்கள். ஐரோப்பியர்களின் பயணக் குறிப்பை முன்வைத்து பொ.ஆ.(கி.பி) 1600களில் திருவிதாங்கூர் சமஸ்தானத்தில் அனைத்துச் சாதிப் பெண்களும் மேலாடை அணிந்திருக்கவில்லை; அதனால் ஆடை தொடர்பான ஒடுக்குமுறைக்கும் அங்கே இடமில்லை என மிகச் சொற்பமானோர் வாதிட்டுக்கொண்டிருக்கிறார்கள். ஆனால், அது வறட்டுவாதம் என்பதைத்தான் வரலாற்றுக் குறிப்புகள் உணர்த்து கின்றன.

முதல் உரிமைக்குரல்

1600களில் பெண்கள் அனைவரும் மேலாடையின்றி இருந்திருக்கக்கூடும். சிக்கல் அதுவல்ல. அதன் பிறகு 200 ஆண்டுகள்

கழித்தும் அனைவரும் மேலாடையின்றி இருந்தார்களா என்பதுதான் போராட்டத்துக்கான வித்து. பெண்ணுடலை ஒடுக்குமுறைக்கான, சாதியப் பாகுபாட்டுக்கான களமாகப் பயன்படுத்துகிறபோதுதான் அது சமூக நீதிக்கு எதிரானதாக மாறுகிறது. 17ஆம் நூற்றாண்டின் மத்தியில் கிறிஸ்துவ மிஷனரிகள் திருவிதாங்கூருக்கு வருகை தந்தபோதே, சாதிய ஒடுக்குமுறை லேசாக ஆட்டம் காணத் தொடங்கியது.

கேரள – தமிழக எல்லையில் உள்ள வடக்கன்குளத்தில் சாணார் சமூகத்தைச் சேர்ந்த பெண் ஒருவர் 1680இல் ரவிக்கை அணிந்த முதல் பெண் என அறியப்படுகிறார். அவர் கிறிஸ்துவ மதத்துக்கு மாறியதால்தான் இப்படிக் கௌரவமாக உடை உடுத்த முடிகிறது என்பதால் ஒடுக்கப்பட்ட பிரிவைச் சேர்ந்த மேலும் சில பெண்களும் மதம் மாறினர்; மேலாடை அணிந்தனர். இது அங்கொன்றும் இங்கொன்றுமாக இருந்ததால் அன்றைக்குப் பெரிதாகப் பேசப்படவில்லை. ஆனால், சாதிய ஒடுக்குமுறைகள் கோலோச்சிய 19ஆம் நூற்றாண்டில் ஆடை என்பது ஒடுக்கப்பட்டோரின் கண்ணியத்தோடு நேரடித் தொடர்பில் வைக்கப்பட்ட சூழலில் மக்கள் உரிமைக்குரல் எழுப்பத் தொடங்கினர்.

வரலாற்றுக் களங்கம்

அன்றைய திருவிதாங்கூர் சமஸ்தானத்தில் குறிப்பிட்ட பிரிவைச் சேர்ந்த ஒடுக்கப்பட்ட பெண்கள் மட்டும் மேலாடை அணியத் தடை விதிக்கப்பட்டது. இதைத் தங்களுக்கு நேர்ந்த அவமானமாகவும் இழிவாகவும் அந்தப் பெண்களும் அவர்களைச் சார்ந்த ஆண்களும் கருதினர். பிற சமூகத்தினரைப் போல் தாங்களும் கௌரவமான ஆடை அணிய வேண்டும் என்பதற்காகச் சாணார் பெண்களும் ஒடுக்கப்பட்ட பிரிவைச் சேர்ந்தவர்களும் மதம் மாறினர். இது ஆதிக்கச் சாதியினர் மத்தியில் கொந்தளிப்பை ஏற்படுத்த, அப்போதைய பிரிட்டிஷ் திவான் ஜான் முன்றோ, ‘கிறிஸ்துவ சாணார் பெண்கள் மேலாடை அணியலாம்’ என்கிற உத்தரவைப் பிறப்பித்தார். பாகுபாடு இல்லாமல் இப்படி அனைவரும் மேலாடை அணிவதால் தங்கள் சாதித் தூய்மை கெட்டுவிடும் எனத் திருவிதாங்கூர் மன்னரின் அரசவை உறுப்பினர்கள் வாதிட, திவானின் உத்தரவு திரும்பப் பெறப்பட்டது.

பொ.ஆ.1813 தொடங்கி 1859 வரை மூன்று வெவ்வேறு காலகட்டங்களில் ஒடுக்கப்பட்ட பெண்கள் போராட்டங்களை முன்னெடுத்துள்ளனர். கிறிஸ்துவ சாணார் பெண்கள் மேலாடை அணியலாம் என திவான் உத்தரவிட்டபோதே தோள்சீலைப் போராட்டம் தொடங்கிவிட்டது

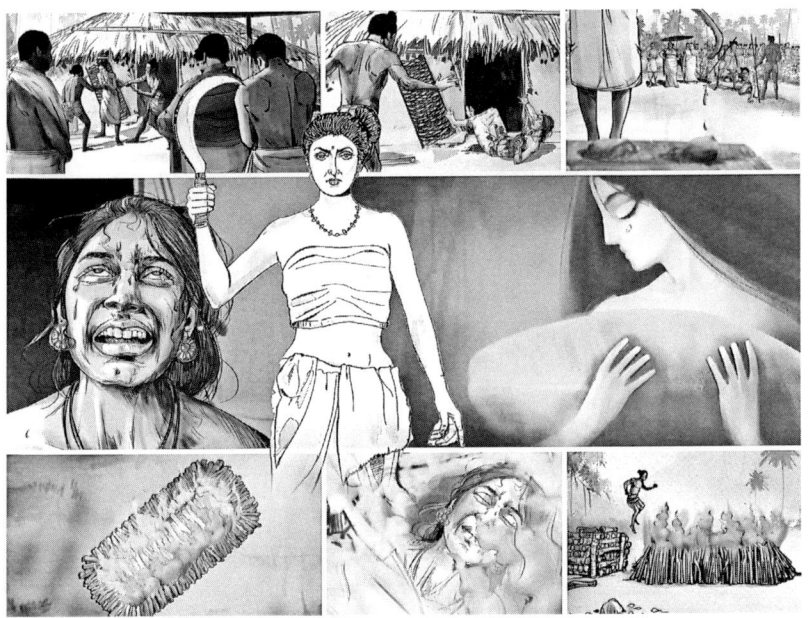

எனச் சொல்லப்படுகிறது. ஆனால், 1822இல் கல்குளம் சந்தையில் அரங்கேறிய வன்முறைகளைத் தொடர்ந்தே தோள்சீலைப் போராட்டம் சூடுபிடித்ததாகவும் சொல்கிறார்கள். ஆதிக்கச் சாதியாகத் தங்களை அறிவித்துக்கொண்டவர்கள் கல்குளம் பகுதியில் ஒடுக்கப்பட்ட பெண்களின் மேலாடையைக் கிழித்தெறிந்து ஆண்களை அடித்து உதைத்து அங்கிருந்த கிறிஸ்துவ தேவாலயத்தையும் தீக்கிரையாக்கினர். ஒடுக்கப்பட்டவர்கள், ஆதிக்கச் சாதியினரைத் திருப்பித் தாக்க பெரும் கலவரம் மூண்டது. இதில் அப்போதைய மதராஸ் மாகாண கவர்னர், ஒடுக்கப்பட்டோருக்கு ஆதரவாகத் தீர்ப்பளித்தார். அப்படியும் நிலைமை சீரடையவில்லை. 1822இல் நடைபெற்ற இந்தக் கொடூரம், பெண்ணுடல் மீது எழுதப்பட்ட மற்றுமொரு வரலாற்றுக் களங்கம்.

நாம் நாகரிக மனிதர்களா?

1859இல் சீர்திருத்தவாதிகள் பலர் தலைமையில் மீண்டும் பெரும் போராட்டம் நடத்தப்பட்டது. திருவிதாங்கூர் சமஸ்தானத்தைச் சுற்றியுள்ள பகுதிகளைச் சேர்ந்தவர்களும் இதில் பங்கேற்றனர். ஒடுக்கப்பட்ட சமூகத்தைச் சேர்ந்த பெண்களும் ஆண்களும் வன்முறைக்கு ஆளாக்கப்பட்டனர். சாதியக் கட்டுமானத்தின் கோரத்தாண்டவத்தைக்

கேள்விப்பட்ட அப்போதைய மதராஸ் கவர்னர் திருவிதாங்கூர் பிரிட்டிஷ் அதிகாரிக்கு இப்படி எழுதுகிறார்:

'இதில் நாம் தீவிரமாக நடவடிக்கை எடுக்காவிட்டால் நாகரிக உலகம் நம்மை இழிவாகப் பேசும். பழைய ஆணைகள் இந்த நாளுக்குப் பொருந்தாது, அது பண்பட்ட அரசனுக்கு ஏற்புடையதல்ல எனத் திருவிதாங்கூர் மன்னருக்கு எடுத்துச் சொல்ல வேண்டியது உங்கள் கடமை.'

சக மனிதர்களை நாம் எப்படி நடத்துகிறோம் என்பதுதான் நாம் நாகரிகமடைந்த சமூகம் என்பதற்கான சான்று. ஒடுக்கப்பட்ட சமூகத்தைச் சேர்ந்த பெண்கள் மேலாடை அணிவதற்கான போராட்டத்தை மனித உரிமைக்கான போராட்டமாகவும் சமூக மாற்றத்துக்கான போராட்டமாகவும் அந்தப் பெண்கள் மாற்றினர். இந்தப் போராட்டத்தில் சாணார் பெண்களே பெரும்பங்கு வகித்ததால் அவர்கள் பெயராலேயே போராட்டம் அறியப்படுகிறது.

கிறிஸ்துவ மத மாற்றம் நடைபெற்றதும் இந்தக் காலக் கட்டம்தான் என்பதால் இந்தப் போராட்டத்துக்கு மதச்சாயம் பூசும் நச்சுவேலையும் வரலாறு நெடுக நடந்திருக்கிறது. எந்தவோர் அமைப்பு தங்கள் உரிமைகளை நசுக்குகிறதோ அதிலிருந்து விலகி, தங்களுக்கு உகந்த, தங்களது உரிமைகள் பேணப்படுகிற அமைப்பிற்குள் நுழைவது நாகரிக சமூகத்தின் இயல்பு. அப்படித்தான் ஒடுக்கப்பட்ட சமூகத்தைச் சேர்ந்த பெண்களும் தங்கள் கண்ணியத்தைக் காக்க மதம் மாறினார்கள். இங்கே அவர்கள் மதம் மாறியது முதன்மையல்ல; எதற்காக மதம் மாறினார்கள் என்பதைத்தான் ஆராய வேண்டும்.

நங்கேலியின் கதை

'தோள்சீலைப் போராட்டம்' தொடர்பாக வழிவழியாகச் சொல்லப்பட்டுவரும் கதை ஒன்று உண்டு. அது வீரம்செறிந்த 'நங்கேலி'யின் கதை. 1800களில் கேரளத்தில் சேர்த்தலயில் ஆதிக்கச் சாதியினரின் கட்டுப்பாடுகளுக்கு அஞ்சாமல் 'முலைவரி' செலுத்த மறுத்ததோடு மேலாடை அணிந்த வீரப்பெண் நங்கேலி. அவரிடம் வரி வசூலிக்க அதிகாரிகள் வந்தபோது வரி செலுத்த மறுத்துத் தன் மார்பை அறுத்து வாழையிலையில் வைத்து, "இதை உங்கள் மகாராஜாவிடம் கொடுங்கள்" என்று சொல்லிவிட்டு மாண்டு போனதாகச் சொல்லப்படுகிறது. மனைவி இறந்த துயரம் தாளாமல் நங்கேலியின் கணவன் சிறுகண்டன் மனைவியின் சிதையில் பாய்ந்து உயிர் துறந்ததாகச்

சொல்லப்படுகிறது. உடன்கட்டை ஏறிய முதல் ஆண் எனவும் சிறுகண்டன் அறியப்படுகிறார். நங்கேலியின் வீரத்தை நினைவுகூரும் வகையில் அவள் வசித்த பகுதி ‘முலைச்சிபரம்பு’ என அழைக்கப்படுவதாகவும் சொல்லப்படுகிறது.

இதே போன்றதொரு கதை புறநானூற்றிலும் இருக்கிறது. தன் மகன் போரில் புறமுதுகிட்டு ஓடியது உண்மை எனத் தெரிந்தால் அவனுக்குப் பாலூட்டிய மார்பை அறுத்தெறிவேன் எனச் சபதமிட்ட வீரத்தாயின் கதை அது.

‘மண்டு அமர்க்கு உடைந்தனன் ஆயின், உண்டஎன் முலை அறுத்திடுவென், யான்’ என்று கையில் அரிவாளுடன் போர்க்களம் புகுந்த புறநானூற்றுத் தாயை எளிதாக ஏற்றுக்கொள்ளும் பலரும் ‘முலைவரி’ செலுத்த மறுத்துத் தன் மார்பை அரிந்த நங்கேலியின் கதையை வெறும் புரட்டு எனப் புறந்தள்ளுகின்றனர்.

இரண்டு கதைகளிலும் பெண்கள் தங்கள் மார்பை அறுத்துக்கொள்வதுதான் மையம். சங்க இலக்கியப் பெண் கொண்டாடப் படுகையில் திருவிதாங்கூர்ப் பெண் ஏன் புறக்கணிக்கப் படுகிறாள்? காரணம், நங்கேலி சங்க இலக்கியப் பெண்ணைப் போல ஆண் மகனின் வீரத்தை உணர்த்த மார்பை அறுத்துக்கொள்ளவில்லை. பெண்ணுடல் மீதான ஒடுக்குமுறைக்கு எதிரான போராட்டத்தின் வெளிப்பாடு அது. போராளிகளுக்குக் காலந்தோறும் மரணத்தையும் அவப்பெயரையும்தானே பரிசளித்துவருகிறோம் நாம்? ஆனால், நங்கேலிகள், மறைக்கப்படும் வரலாற்றை உணர்த்தியபடி நிகழ்காலத்தில் நம்மோடு பயணித்தபடியே இருப்பார்கள்.

25

பெண்ணுக்குப் பெருமை ஆணுக்கு இழிவா?

'ஓர் ஆண் புடவை அணிவதை இந்தச் சமூகம் எப்படிப் பார்க்கிறது என்பதைத் தெரிந்துகொள்ளவே நான் புடவை அணிகிறேன். ஃபேஷன் ஷோக்களில் வருவதைப் போல் அல்லாமல், சாதாரண ஆணாக நான் புடவை அணிகிறேன். உடைகளில் காட்டப்படும் பாகுபாட்டையும் பெண்களுக்கான ஆடை எனப் புடவை மீது ஏற்றிவைக்கப்பட்டிருக்கும் சுமையையும் இதன்மூலம் கேள்விக்குள்ளாக்குகிறேன்.'

- ஹிமான்ஷு வர்மா, டெல்லி.

இவர் தன் அலுவலகத்துக்கு 18 ஆண்டுகளாகப் புடவை அணிந்து செல்கிறார்.

'நாம் அனைவரும் பல்வேறு துணியால் நெய்யப்பட்ட ஆடைகளை அணிகிறோம். ஆண்கள் நீளமான வேட்டி அணியும்போது, புடவை என்பது அதைவிடச் சில மீட்டர்கள் நீளமாக இருக்கிறது என்பதற்காகவே அது பெண்களுக்கான உடை என்று சொல்வதை ஏற்க முடியாது.'

- துருவ் தோடி, பெங்களூரு.

மென் பொறியாளரான இவர், தான் அணியும் புடவைகளைப் பற்றிய

தகவல்களைப் பொதுமக்களுக்குச் சொல்வதற்காகவே தன் சமூக வலைதளப் பக்கங்களைப் பயன்படுத்தி வருகிறார்.

இதுவா நாகரிகம்?

ஈரானைச் சேர்ந்த மாஷா அமினி என்கிற 22 வயதுப் பெண் ஹிஜாபைச் சரியான முறையில் அணியவில்லை என்கிற காரணத்துக்காக 2022இல் கைதுசெய்யப்பட்டு விசாரணையின்போது உயிரிழந்தார். கலாச்சாரத்தைக் கட்டிக் காப்பதாகப் பறைசாற்றிக்கொள்ளும் காவலர்களின் சித்திரவதையால்தான் மாஷா அமினி கொல்லப்பட்டார் என ஐ.நா.வின் ஆய்வறிக்கை கடந்த மார்ச் மாதம் தெரிவித்தது. மாஷா அமினி கொல்லப்பட்டதைத் தொடர்ந்து ஈரானியப் பெண்கள் பலர் பொதுவெளியில் ஆர்ப்பாட்டங்களில் ஈடுபட்டதுடன், தாங்கள் அணிந்திருந்த ஹிஜாபைக் கழற்றி வீசி அடிப்படைவாதிகளுக்கு எதிரான தங்களது கண்டனத்தைத் தெரிவித்தனர்.

மேலே குறிப்பிட்டிருக்கும் இந்த மூன்று சம்பவங்களையும் ஆடை என்னும் இழைதான் பிணைக்கிறது. ஆடையை மையமாக வைத்துச் செயல்படுத்தப்படும் பாலினரீதியான பாகுபாட்டுக்கு எதிராக ஆண்கள் புடவை அணிவதும் ஹிஜாபைச் சரியாக அணியாததால் இளம்பெண் ஒருவர் கொல்லப்பட்டதும் பெண்களின் ஆடை உரிமை தொடர்பான கண்ணியின் இருவேறு முனைகள். ஆடையின் பெயரால் பெண்கள் மீது காலம் காலமாக ஏற்றிவைக்கப் பட்டிருக்கும் சுமை குறித்த

நுண்ணரசியலைப் பேசுபவை இவை.

காடுகளுக்குள் வாழ்ந்த மனிதன் ஆடை யணிந்ததுபோல் இன்று நாம் உடுத்துவதில்லை. காலத்துக்கும் நாகரிக வளர்ச்சிக்கும் ஏற்ப ஆடை அணிகிறோம். ஆடை என்பது குறிப்பிட்ட பாலினத்தையோ மனிதர்களில் சில பிரிவினரையோ வேறுபடுத்திக்காட்டவோ, அடிமைப் படுத்தவோ பயன்படுத்தப்படும்போது அது உரிமை மீறலாகிறது. ஆணோ, பெண்ணோ அவரவர் விருப்பப்படி ஆடை அணியலாம். ஆனால் சாதி, மதம், வர்க்கம், பாலினம் போன்ற வற்றின் அடிப்படையில் ஒருவர் இதைத்தான் அணிய வேண்டும் என்று கட்டாயப்படுத்துவது வன்முறைக்குள் அடங்கும்.

சௌகரியத்துக்கு இடமில்லை

பொதுவாகப் பெண்களே ஆடை ரீதியிலான ஒடுக்குமுறைக்கு ஆளாக்கப்படுகிறார்கள். ஆணுக்கும் பெண்ணுக்கும் கட்டமைக்கப் பட்டிருக்கும் ஆயிரமாயிரம் கற்பிதங்களில் ஆடையும் அடக்கம். ஆண்கள் அணிந்தால் அதற்கு ஆடை என்கிற ஒரு பொருள் மட்டுமே. அதுவே பெண்கள் அணிகிறபோது அதன் மீது பண்பாடு, கலாச்சாரம், குடும்ப கௌரவம் எனப் பல அடையாளங்களை ஏற்றிவைத்திருக்கிறோம். ஆபத்து நேரத்தில் காலை எட்டிவைத்து ஓடக்கூட முடியாத அளவுக்குத்தான் பெண்களுக்கான ஆடைகள் பெரும் பாலும் வடிவமைக்கப்படு கின்றன. புடவை, பாவாடை அணிகிற இந்தியாவில்தான் இந்த நிலை என்றில்லை. உலகின் பெரும்பாலான நாடுகளிலும் பெண்களின் ஆடைகள் கால்களை இறுக்கிப் பிடிப்பவையாகவும் அவர்கள் சௌகரிய மாகக் காலை மடக்கி அமரக்கூட முடியாத நிலையிலுமே வடி வமைக்கப்படுகின்றன.

மார்பகப் புற்றுநோய் வருவதற்கான சாத்தியம் இருந்தாலும் பெண்கள் இறுக்கமான உள்ளாடைகளை அணிந்தே ஆக வேண்டும். பெண்கள் உடலாக மட்டுமே பார்க்கப்படும் சமூகத்தில் அவர்கள் உள்ளாடை அணிந்தே ஆக வேண்டிய கட்டாயம். சமூக நிர்ப்பந்தத்துக்காக ஆடை அணிவதைவிட ஆரோக்கியம்தான் முக்கியம் என்கிற குரலே சில ஆண்டுகளுக்கு முன்புதான் ஒலித்தது. மார்பகப் புற்றுநோயால் உலகம் முழுவதும் இறக்கும் பெண்களின் எண்ணிக்கை அதிகரிப்பதைத் தொடர்ந்து கடந்த 2011 முதல் 'No Bra Day' கடைப்பிடிக்கப்படுகிறது.

ஆண்களுக்கு பேன்ட்ஸ் - சட்டை உலகளாவிய ஆடையாக இருக்கும்போது பெண்களுக்கு மட்டும் நாட்டுக்கு நாடு ஆயிரக்கணக்கான ஆடைகள், அவற்றுக்குப் பல்லாயிரக் கணக்கான கட்டுப்பாடுகள்.

பெண்ணின் ஆடையைப் பொறுத்தவரை அவர்களது சௌகரியத்தையும் அவர்கள் இயல்பாக உணர்வதையும் விட 'கௌரவம்' முக்கியமானதாகக் கருதப்படுகிறது. காரணம், ஆணின் பார்வையை மாற்ற முயல்வதற்குப் பதில் பெண்ணுக்கு ஆடை கட்டுப்பாடு விதிப்பது நமக்கு எளிதாகவும் நடை முறைக்குச் சாத்தியப்படுவதாகவும் இருக்கிறது. அதனால்தான் பெண்ணின் ஆடையை 'ஒழுக்க விதி'களின் கீழ் அடக்கிவிடுகிறோம்.

'பாக்கெட்' ரகசியம்

இன்றைக்கும் பெண்கள் அணிகிற பெரும்பாலான ஆடைகளில் 'பாக்கெட்' இருப்பதில்லை என்பதற்குப் பின்னாலும் அரசியல் இருக்கிறது. பெண்கள் பணத்தைக் கையாள்வதில்லை அல்லது கையாளக் கூடாது; எப்போதும் கையில் ஒரு பையைச் சுமந்துகொண்டு வர வேண்டும். இந்த இரண்டுதான் 'பாக்கெட்' மறுக்கப்படுவதன் முக்கியப் பின்னணி. பெரும்பாலான பெண்கள் பொருளாதாரத் தன்னிறைவும் சுதந்திரமும் பெற்றிருக்கும் இந்நாளிலும் பெண்களின் ஆடைகளில் 'பாக்கெட்' வைத்துத் தைக்க வேண்டும் எனப் பலருக்கும் தோன்றுவதில்லை. குழந்தையோ கைப்பையோ பெண்கள் தங்கள் கையில் எப்போதும் ஏதோ ஒன்றைச் சுமந்தபடி நடப்பது அவர்களது வேகத்தை மட்டுப்படுத்தும். இயல்பாகக் கைவீசி ஆணுக்கு இணையாக நடக்க முடியாது. பொதுவாகப் பார்த்தால் இது மிகச் சாதாரண விஷயமாகத் தோன்றலாம். ஆனால், இது ஆணைச் சாராமல் தனித்துச் செயல்படும் பெண்களின் கால்களைக் கட்டிப்போடும் மறைமுகச் செயல்.

ஆடைதான் காரணமா?

நாட்டில் நடைபெறும் குற்றங்கள் அனைத்துக்கும் பெண்களின் ஆடை தான் காரணம் என்பதுபோன்ற கருத்தாக்கம் காலந்தோறும் சமூகத்தில் பரப்பப்படுவது வழக்கம். குற்றமிழைத்த வரைப் பற்றி நமக்குக் கவலையில்லை. பாதிக்கப்பட்டவரையே குற்றவாளி யாக்கும் ஆணாதிக்கச் சிந்தனையின் வெளிப்பாடுதான் இது. ஐ.நா.வும் ஐரோப்பிய ஒன்றியத்தின் வெளியுறவுக் கான உயர்மட்ட ஆணையமும் இணைந்து 2023இல் பெல்ஜியத்தின் புருசெல்ஸ் நகரில் ஆடை கண்காட்சி ஒன்றை நடத்தின. 103 ஆடைகள் பார்வைக்கு வைக்கப்பட்டிருந்தன. பல்வேறு நாடுகளைச் சேர்ந்த பெண்களும் குழந்தைகளும் பாலியல் வல்லுறவுக்கு ஆளாக்கப்பட்டபோது அணிந்திருந்த ஆடைகள் அவை. அந்த ஆடைகள்தான் குற்றத்துக்குக் காரணமா என்கிற கேள்வியைப் பொதுச்சமூகத்தின் முன் வைப்பதற்காகத்தான் அந்தக் கண்காட்சி

நடத்தப்பட்டது. உலகம் முழுவதும் பாலியல் வல்லுறவால் பாதிக்கப்பட்டு தினசரி வாழ்க்கையை எதிர்கொள்ள முடியாமல் போராடிக்கொண்டிருக்கும் 130 கோடிக்கும் அதிகமான குழந்தைகள் மற்றும் பெண்களின் வாழ்வுரிமைக்கான கண்காட்சியாகவும் அது அமைந்தது. பெண்களின் ஆடை குறித்துப் பாடம் எடுக்கும் ஒவ்வொருவருக்குமான கண்காட்சி அது.

ஆணை இழிவுபடுத்தும் கருவியல்ல

பெண்கள் செய்வதாலேயே சில வேலைகளுக்குப் பொருளாதார மதிப்பு இருப்பதில்லை. சமையல், வீட்டைப் பராமரித்தல் உள்ளிட்ட வேலைகளைப் பெண்களின் வேலைகள் என்று வகுத்துவைத்துவிட்டு அவற்றைச் செய்கிற ஆண்களைக் கேலி பேசுவதும் அவர்களை ஒருமாற்றுக் குறைவாகப் பார்ப்பதும் நம்மிடையே நடக்கிறது. அதேபோல்தான் ஓர் ஆணின் செயலைக் கண்டிக்க வேண்டும் என்றால் உடனே அந்த ஆணுக்குப் புடவை, பொட்டு, வளையல் போன்றவற்றை அனுப்பிவைப்பதை மாபெரும் எதிர்ப்பாகப் பலர் கருதிக்கொண்டிருப்பது நகைப்புக்குரியது. இரு ஆண்களுக்கு இடையே நடக்கும் போட்டியில் ஒருவர் தோற்றுவிட்டால் தோற்றவர் புடவை அணிந்துகொள்ள வேண்டும் என்பது போன்ற கதைகளைக் கேட்டும் திரைப்படங்களில் பார்த்தும் வளர்ந்தவர்கள் இப்படித்தானே சிந்திப்பார்கள்? ஓர் ஆணை இழிவுபடுத்த பெண்ணின் ஆடையைக் கருவியாகப் பயன்படுத்துவது இழிவானது. பெண்ணின் ஆடை இழிவானது என்கிற பிற்போக்குச் சிந்தனையில் விளைந்தது இது. இந்தப் பிற்போக்குச் சிந்தனைகளை எதிர்த்துப் பெண்கள் போராடி வெற்றிபெற்றுவருவதன் வெளிப்பாடுதான் இரு பாலினத்தவருக்கும் பொதுவான ஆடைகள் குறித்து மக்கள் பேசத் தொடங்கியிருப்பது. எந்த ஆடையாக இருந்தாலும் அது பெண்களின் தேர்வாக இருக்க வேண்டுமே தவிர, அவர்கள் மீது திணிக்கப்பட்டதாக இருக்கக் கூடாது.

26

சுதந்திர தேவியும் சுதந்திரமில்லாப் பெண்களும்

பிரிட்டனின் ஆதிக்கத்திலிருந்து அமெரிக்காவின் 13 மாகாணங்கள் 1776இல் விடுதலை பெற்றதன் நூற்றாண்டு விழாவைக் கொண்டாடும் வகையில் 'சுதந்திர தேவி' சிலையைப் பரிசாக வழங்க பிரான்ஸ் முடிவெடுத்தது. அதற்குத் தன் நாட்டு மக்களிடமிருந்தும் நிதி திரட்டியது. நிதி திரட்டுவதற்காக நடத்தப்பட்ட இசை நிகழ்ச்சிகளில் 'விடுதலையே உலகுக்கு ஒளியூட்டும்' என்கிற புகழ்பெற்ற பாடலும் அடங்கும்.

சிலை இறுதிவடிவம் பெறத் தாமதம் ஆனதால் நூற்றாண்டுக்குப் பத்து ஆண்டுகள் கழித்து 1886இல் 'சுதந்திர தேவி' சிலையை நாட்டுக்கு அர்ப்பணித்தார் அப்போதைய அமெரிக்கப் பிரதமர் குரோவர் கிளீவ்லேண்ட். விடுதலையின் உன்னதம் குறித்து அவர் எழுச்சியுரை ஆற்றுகையில் நூற்றுக்கணக்கான பெண்கள் லில்லி டெவ்ரொ பிளேக் தலைமையில் படகுகளில் அணிவகுத்தனர். அவர்களின் கைகளில் 'அமெரிக்கப் பெண்களுக்கு விடுதலை கிடைக்கவில்லை' என்று எழுதப்பட்ட பதாகைகள் இருந்தன. நாட்டின் விடுதலையைக் கொண்டாடும் தருணத்தில் தங்களுக்கு மறுக்கப்படும் உரிமைகள் குறித்துக் கவனப்படுத்திய லில்லி பிளேக், பெண்களின் வாக்குரிமைக்காகக் குரல்கொடுத்த பெண்ணுரிமைப் போராளிகளில் ஒருவர்.

இன்றைக்கு ஜனநாயக நாடுகளில் குடிமக்களின் அடிப்படைக் கடமையாகவும் உரிமையாகவும் கருதப்படுகிற வாக்குரிமை ஒரு காலத்தில் பெண்களுக்கும் சமூகத்தில் சில பிரிவினருக்கும் மறுக்கப்பட்டது. காலத்துக்கும் நாடுகளுக்கும் ஏற்ப வாக்குரிமைக்கான தகுதிகளும் வரையறைகளும் நிர்ணயம் செய்யப்பட்டன. பொருளாதாரம், வர்க்கம், பாலினம், வயது போன்றவை வாக்குரிமையில் மிக முக்கியப் பங்கு வகித்தன. காரணம், நாட்டின் ஆட்சிப்பொறுப்பில் அமர்வது என்பது அதிகாரத்தோடு நேரடித் தொடர்பில் இருப்பது. அதனால், அதிகாரத்தில் இருப்போர் மட்டுமே ஆட்சியாளர்களைத் தேர்ந்தெடுக்கும் உரிமையைப் பெற்றனர். வாக்குரிமைக்கான தகுதிகளாக அன்றைய நாடுகள் நிர்ணயித்த தகுதிகளில் ஒன்றுகூடப் பெண்களுக்கு இல்லாத வகையில் பெண்ணடிமைத்தனம் நிலவிய காலம் அது. அதை எதிர்த்து 1800களில் பெண்கள் போராடத் தொடங்கினர். அவர்கள் முதல் அலை பெண்ணியவாதிகள் என வகைப்படுத்தப்பட்டனர். லில்லி பிளேக், முதல் அலை பெண்ணியவாதிகளுள் ஒருவர்.

குறைவும் நல்லதே

வடக்கு கரோலினாவில் செல்வச் செழிப்பான குடும்பத்தில் பிறந்தவர் லில்லி. வீட்டுக்கே ஆசிரியரை வரவழைத்துக் கல்வி கற்கும் அளவுக்கு அவர்களுக்குச் செல்வாக்கு இருந்தது. திருமணம் முடிந்து இரண்டு குழந்தைகள் பிறந்ததும் லில்லியின் கணவர் இறந்துவிட, கையில் பணமின்றித் தவித்தவருக்கு எழுத்துதான் கைகொடுத்தது. ஏழு ஆண்டுகளில் ஐந்து நாவல்களை எழுதினார். பெண்கள் எழுதுவதைப் பொதுச் சமூகம் விரும்பாததால் 'டைகர் லில்லி' என்கிற புனைபெயரில் எழுதினார். பிறகு கிரின்ஃபில் பிளேக் என்பவரை

▲ லில்லி டெவ்ரொ பிளேக்

மறுமணம் புரிந்துகொண்டார். அதன்பிறகு பொதுவாழ்க்கையில் தொடர்ந்து ஈடுபடத் தொடங்கினார். பெண்களின் வாக்குரிமைப் போராட்டத்தில் ஈடுபட்டவர் நியூயார்க் நகர வாக்குரிமைச் சங்கத்தில் இணைந்து அதன் தலைவராகவும் உயர்ந்தார். பிறகு அமெரிக்கப் பெண்களின் வாக்குரிமைச் சங்கத்திலும் தலைவரானார். உழைக்கும் பெண்களின் உரிமைக்காகத் தொடர்ந்து குரல்கொடுத்தார். பெண்களின் வாக்குரிமை, சொத்துரிமை, தொழிற்சாலைகளில் பெண் ஆய்வாளர்களை நியமித்தல், மருத்துவத்துறையிலும் காவல்துறையிலும் அரசியலிலும் பெண்களின் பிரதிநிதித்துவம் போன்றவற்றை வலியுறுத்தி பேசியும் எழுதியும் வந்தார். ஆணுக்குக் கிடைத்திருக்கும் உரிமைகள் அனைத்தும் சமூகத்தின் அனைத்துத் தரப்புப் பெண்களுக்கும் கிடைக்க வேண்டும் என்கிற உந்துதலே லில்லி பிளேக்கைப் பொதுவாழ்க்கையில் ஈடுபடத் தூண்டியது. இவர் தனியாகப் போராடவில்லை, மலையைப் புரட்டிப்போட்டுவிடவும் இல்லை. ஆனால், ஆணாதிக்கத்தை லேசாக ஆட்டம் காணச் செய்தார். சுருக்கமாகச் சொன்னால் லுக்ரிஷா மாட், எலிசபெத் ஸ்டாண்டன், சோஜர்னர் ட்ரூத், சூசன் அந்தோணி போன்றவர்களின் தொடர் செயல்பாடுகளோடு ஒப்பிடுகையில் இவரது பங்களிப்பு 'மிகக் குறைவு'. ஆனால், 'மிகக் குறைவு'ம் நமக்குத் தேவைதான். எதுவுமே இல்லாததைவிடக் 'குறைவு' நல்லதுதானே. தவிர, அந்தக் 'குறைவு'தான் பின்னாளில் 'குறிப்பிடத்தகுந்த' அளவாகவும் 'பெருந்திரளா'கவும் மாறக்கூடும். 'தனியாக என்னால் எதைச் சாதித்துவிட முடியும்' எனத் தயங்கிப் பின்வாங்கும் பெண்களுக்கு லில்லி பிளேக்ஸ் போன்றவர்கள் நம்பிக்கையை அளிக்கிறார்கள்.

முன்னோடி அரசாணை

இவரைப் போலவே பெண்களின் வாக்குரிமைக்காக உலகம் முழுவதும் போராடிய பெண்கள் பலர். தொடர் போராட்டங்களின் விளைவாக இருபதாம் நூற்றாண்டில்தான் பெரும்பாலான நாடுகள் பெண்களுக்கு வாக்குரிமை அளித்தன. அதுவும் அனைத்துப் பெண்களுக்குமானதாக அமையவில்லை. அமெரிக்கப் பெண்களுக்கு வாக்குரிமை கிடைத்தபோது ஆப்ரிக்க அமெரிக்கர்களுக்கு வாக்குரிமை

அளிக்கப் படவில்லை. கனடாவில் பெண்களுக்கு 1918இல் வாக்குரிமை வழங்கப்பட்டபோது ஆசியாவிலிருந்து குடியேறியவர்களுக்கு வாக்குரிமை அளிக்கப்படவில்லை. தென்னாப்ரிக்காவில் பெண்களுக்கு வாக்குரிமை அளிக்கப்பட்டபோதும் நிறப்பாகுபாட்டின் காரணமாகக் கறுப்பினப் பெண்கள் வாக்குரிமை பெற 60 நெடும் ஆண்டுகள் காத்திருக்க வைக்கப்பட்டனர். சில நாடுகளில் வாக்குரிமைக்கான வயதில்கூடப் பாகுபாடு கடைப்பிடிக்கப்பட்டது. ஐஸ்லாந்தில் 25 வயது ஆண்கள் வாக்களிக்கலாம் என்கிற நிலையில் பெண்களுக்கான வாக்குரிமை வயது 40 என 1915இல் நிர்ணயிக்கப்பட்டிருந்தது. ஐந்து ஆண்டுகள் கழித்து 1920இல் 18 வயதுக்கு மேற்பட்ட அனைவரும் வாக்களிக்கலாம் எனமாற்றப்பட்டது. விடுதலைக்குப் பிறகு இந்தியாவில் நடைபெற்ற முதல் தேர்தலில் பெண்கள் அனைவருக்கும் வாக்குரிமை வழங்கப்பட்டது. முன்னேறிய நாடுகள் பலவும் பெண்களுக்கு வாக்குரிமை வழங்காத காலத்தில் மெட்ராஸ் மாகாணத்தில் பெண்களுக்கு வாக்குரிமை வழங்கி 1921இல் அரசாணை வெளியிட்டது நீதிக்கட்சி தலைமையிலான அரசு. பாலினத்தை அடிப்படையாகக் கொண்டு பெண்களுக்கு வாக்களிக்கும் உரிமையை மறுப்பதை இந்த ஆணை (அரசாணை 108, 10/05/1921) தடை செய்ததன் மூலம் வாக்குரிமையில் சமத்துவத்தை நிலைநாட்டியது.

27

நான் பெண் இல்லையா?

வேண்டி விரும்பியோ தகுதித்தேர்வு எழுதியோ அவரது பிறப்பு நிகழவில்லை. நிறவெறியும் அடிமைத்தனமும் கோலோச்சிய காலத்தில் நியூயார்க்கின் கிராமப்புறப் பகுதியில் 'அடிமைகள்' என முத்திரை குத்தப்பட்ட குடும்பமொன்றில் 1797இல் இசபெல்லா பாம்ஃப்ரீயாகப் பிறந்தார். பிறப்பு தன் கையில் இல்லாத நிலையில் தான் எந்த அடையாளத்தோடு இறக்க வேண்டும் என்பதை அவர் முடிவு செய்திருந்தார். அந்த உறுதிதான் 'அடிமை' என்கிற அடையாளத்தை அழித்தொழித்து சோஜர்னர் ட்ரூத் என்கிற போராளியாக அவரைப் பரிணமிக்கச் செய்தது.

சோஜர்னர் ட்ரூத்துக்குப் படிக்கவும் எழுதவும் தெரியாது. கல்வியறிவு இல்லை என்பது தன் போராட்டத்துக்கு எந்த வகையிலும் தடையாக அமைந்துவிடாத அளவுக்குக் கூர்மையான சிந்தனையும் பேச்சாற்றலும் நிறைந்தவராக இருந்தார். தன்னைப் போலவே அடிமைப்பட்டுக் கிடந்த மக்களின் மீட்சிக்காகப் போராடினார். சக மனிதனின் துயரை உணர்வதும் அதை நீக்கக் குரல்கொடுப்பதுமே மனிதராகப் பிறந்ததற்கான பலன் என உறுதியாக நம்பியதோடு அதைத் தன் வாழ்நாள் முழுவதும் அவர் கடைப்பிடித்தார்.

வரலாற்று வெற்றி

பிறப்பின் அடிப்படையிலும் நிறத்தின் அடிப்படையிலும் மனிதரைத் தரம் பிரிக்கும் பிற்போக்கு ஆதிக்கச் சிந்தனையால் சிறுமி இசபெல்லா மிகச் சிறு வயதிலேயே பெரும் கொடுமைகளை அனுபவித்தார். ஒன்பது வயதில் ஆட்டு மந்தைகளோடு சேர்த்து இசபெல்லாவும் விற்கப்பட்டார். அவரை விலைக்கு வாங்கியவர் இசபெல்லாவை முதுகொடிய வேலை வாங்கினார். இசபெல்லாவை வேறொருவருக்கு விற்கும்வரை அவரை வதைத்தபடியே இருந்தார். இப்படியே வெவ்வேறு குடும்பத்தினருக்கு இசபெல்லா விற்கப் பட்டார். 'முதலாளிகள்' மாறினாலும் இசபெல்லா அனுபவித்த கொடுமைகளின் வடிவம் மாறவில்லை.

இசபெல்லாவுக்கு அவரைப் போலவே அடிமையாக வளர்ந்திருந்தவரோடு 1815இல் திருமணம் நடந்தது. அதன் விளைவாக ஐந்து குழந்தைகள். அவருடைய குழந்தைகளும் அவரிடமிருந்து பிரிக்கப்பட்டு விற்கப்பட்டனர். தான் வேலைசெய்துவந்த இடத்திலிருந்து தன் மகளுடன் தப்பியோடி அடிமை முறை ஒழிப்பில் ஈடுபட்டிருந்த குடும்பத்தைச் சரணடைந்தார். அலபாமாவைச் சேர்ந்த குடும்பத்தினருக்குத் தன் ஐந்து வயது மகன் சட்ட விரோதமாக விற்கப்பட்டிருந்தது இசபெல்லா வுக்குத் தெரிந்தது. தன் மகனை விலைக்கு வாங்கியவர் மீது சட்ட ரீதியாக வழக்குத் தொடுத்து அதில் வென்றார். வெள்ளையினத்தைச் சேர்ந்த ஒருவருக்கு எதிராக வழக்குத் தொடுத்து வெற்றி கண்ட முதல் ஆப்ரிக்க அமெரிக்கப் பெண் என்கிற வரலாற்றை 1826இல் இசபெல்லா படைத்தார்.

பெண்ணுரிமைப் பிரச்சாரம்

நியூயார்க்கில் உள்ளூர் அமைச்சர் ஒருவரிடம் சிறிது காலம் பணியாற்றியவரது கவனம் மதப் பிரச்சாரத்தின் பக்கம் திரும்பியது. 1830ஆம் ஆண்டு முதல் தொடர்ச்சியான மதப் பிரச்சாரத்தில் ஈடுபட்டார். அவரது பொதுவாழ்க்கைச் செயல் பாடுகளுக்கு இது முக்கியத் திருப்புமுனையாக அமைந்தது. பெருந்திரளான மக்களைச் சந்திப்பதும் அவர்கள் நடுவே உரையாடுவதும் அவருக்குள் பெரும் மாற்றத்தை விளைவித்தன. உண்மையின் ஒளியில் நடக்க வேண்டும் என்பதை உணர்த்தும் வகையிலும் 'ஓரிடத்தில் குறுகிய காலம் மட்டுமே தங்குபவர்' என்கிற பொருள்படும்படியும் தன் பெயரை 'சோஜர்னர் ட்ரூத்' என 1843இல் மாற்றிக்கொண்டார். தொடர்ச்சியாகப் பிரச்சாரப் பயணங்களை மேற்கொண்டார்.

அடிமைமுறைக்கு எதிரான அமைப்புகளோடு இணைந்து செயல்படத் தொடங்கினார். அவரது பேச்சு அடிமை முறையையும் பெண்ணடிமைத்தனத்தையும் ஆதரிக்கும் மக்களுக்கு எட்டிக் காயாகக் கசந்தது. 1853இல் பெருந்திரளாகக் கூடியிருந்த மக்களுக்கு நடுவில் சோஜர்னர் உரையாற்றினார். அவரது பேச்சுக்கு ஆண்கள் மத்தியில் பலத்த எதிர்ப்பு தோன்ற, சோஜர்னர் கொஞ்சமும் அசரவில்லை. "உங்களால் எவ்வளவு முடியுமோ அந்த அளவுக்குச் சீறிச் சத்தமிடுங்கள். ஆனால், பெண்கள் நிச்சயம் அவர்களது உரிமைகளை வென்றெடுப்பார்கள். உங்களால் அதைத் தடுக்க முடியாது" என முழங்கினார்.

பெண்ணாலும் முடியும்

பெண்ணுரிமைப் போராளியான சோஜர்னரின் முன் அன்றைக்கு மிகப்பெரிய சவால் இருந்தது. ஆப்ரிக்க அமெரிக்கப் பெண்களை 'பெண்கள்' என்கிற வரையறைக்குள் வைக்க அமெரிக்கப் பெண்ணுரிமைப் போராளிகள் சிலர் தயங்கினர். பெண்ணுரிமைக்காகப் போராடியவர்களில் சிலர் ஆப்ரிக்க அமெரிக்கப் பெண்களுக்குப் பெண்ணுரிமை கிடைக்க வேண்டும் என்று எண்ணவில்லை. தனக்கு எதிர்ப்பும் புறக்கணிப்பும் வலுக்கும்; பெண்ணுரிமைப் போராளிகளின் ஆதரவு கிடைக்காது என்கிற நிலையிலும் அமெரிக்க வெள்ளையினப் பெண்களின் உரிமைகளுக்காக மட்டுமே குரல்கொடுத்த சிலரது செயல்பாடுகளை சோஜர்னர் கடுமையாக விமர்சித்தார்.

அமெரிக்காவின் ஒஹையோ மாகாணத்தில் 1851இல் நடைபெற்ற மாபெரும் பெண்ணுரிமை மாநாட்டில் சோஜர்னர் ட்ரூத் ஆற்றிய உரை

வரலாற்றுச் சிறப்பு வாய்ந்தது. அந்த மாநாட்டில் பங்கேற்றவர்களில் வெகு சிலரே அதை ஆவணப் படுத்தியிருக்கிறார்கள். அமெரிக்கப் பெண்ணுரிமைச் செயற்பாட்டாளர் ஃபிரான்சஸ் கேஜ் அவர்களில் ஒருவர். இவர் சோஜர்னரின் உரையைத் தொகுத்து 1863இல் வெளியிட்டது மிக முக்கியமான ஆவணம்.

"பெண்களை வண்டிகளில் ஏற்றியும் சேறும் சகதியும் படாமல் சுமந்துகொண்டும் ஆண்கள் பாதுகாக்க வேண்டும், பெண்களுக்குப் பாதுகாப்பான இடத்தை ஆண்கள் அமைத்துத்தர வேண்டும் என்று ஆண்கள் சிலர் சொல்கின்றனர். என்னை யாரும் வண்டியில் ஏற்றிச் செல்லவில்லை, சேறு படாமல் சுமந்து செல்லவில்லை. என்னைப் பாருங்கள். என் கைகளைப் பாருங்கள். நான் பெண் இல்லையா? நான் நிலத்தை உழுதிருக்கிறேன், விதைத்திருக்கிறேன், கதிர் அறுத்து அவற்றை ஒன்றாகக் கட்டிச் சுமந்திருக்கிறேன். எந்த ஆணும் எனக்குக் கைகொடுத்து உதவவில்லை. ஓர் ஆணால் எந்த அளவுக்கு உழைத்து எவ்வளவு சாப்பிட முடியுமோ அதே அளவுக்கு உழைத்து ஆணைப்போல் என்னாலும் சாப்பிட முடியும். நான் பெண் இல்லையா?" என்று அந்தக் கூட்டத்தில் இடியென சோஜர்னர் முழங்கியபோது பெண்கள் ஆர்ப்பரித்தனர். சோர்ந்து கிடந்த மனங்களில் போராட்டச் சிந்தனையை சோஜர்னரின் பேச்சு விதைத்தது. பெண்களின் தலைக்குள் என்ன இருக்கிறது என்று சோஜர்னர் கேட்க, "அறிவு" என்று பெண்கள் கூட்டம் விண்ணதிரக் கூவியது.

பெண்ணுரிமைப் போராட்டத்துக்கு நடுவே வாக்குரிமைக்காகவும் சோஜர்னர் போராடினார். அப்போது வேறொரு சிக்கல் எழ, அதற்காக வாக்குரிமைப் போராளிகளோடு அவர் முரண்பட வேண்டியிருந்தது.

28

வண்டியை நிறுத்திய முழக்கம்

உரிமைக்கான போராட்டங்களில் விடுபடல்கள் எல்லாக் காலத்திலும் உண்டு. ‘இவர்களுக்கு மட்டும்’ அல்லது ‘இவர்களுக்கு முதலில்’ என்பது போன்ற ஒப்பந்தங்களுடனோ கோரிக்கைகளுடனோ சில உரிமைப் போராட்டங்கள் நிகழ்ந்துள்ளன. ஆப்ரிக்க அமெரிக்கப் பெண்ணான சோஜர்னர் ட்ரூத், இந்த விடுபடல்களைத்தான் கண்டித்தார். பெண்ணுரிமைக்கான போராட்டங்களில் அவர் பங்கெடுத்தபோது அமெரிக்க வெள்ளை இனப் பெண்களுக்கு இருக்கிற உரிமைகள் ஆப்ரிக்க அமெரிக்கப் பெண்களுக்கும் வேண்டும் என வாதிட்டார்.

ஆப்ரிக்க அமெரிக்கர்களுக்கான வாக்குரிமைப் போராட்டத்திலும் இதேபோன்றதொரு விடுபடலை சோஜர்னர் சந்திக்க நேர்ந்தது. அடிமைமுறை ஒழிப்புக்காகவும் ஆப்ரிக்க அமெரிக்க மக்களின் உரிமைகளுக்காகவும் போராடிய ஃபிரடெரிக் டக்ளஸின் போராட்டங்களில் சோஜர்னர் பங்கேற்றார். ஆப்ரிக்க அமெரிக்கர்களில் ஆண்களுக்கு முதலில் வாக்குரிமை கிடைக்கட்டும், பிறகு பெண்களின் வாக்குரிமைக்காகப் போராடலாம் என்கிற டக்ளஸின் நிலைப்பாட்டில் சோஜர்னருக்கு உடன்பாடில்லை. பாலினப் பாகுபாடின்றி ஆண்களுக்கும் பெண்களுக்கும் ஒரே நேரத்தில் வாக்குரிமை கிடைக்க வேண்டும் என்றார். தன் கருத்து

களுக்காக டக்ளஸுடன் முரண்பட வேண்டியிருந்தபோதும் இறுதிவரை தன் கொள்கையில் உறுதியாக இருந்தார். சக போராளிகளோடு கருத்து மோதலில் ஈடுபட்டால் தான் தனித்துவிடப்படுவோம் என்று தெரிந்தபோதும் உரிமை களுக்காகத் தான் வகுத்துக்கொண்ட நிலைப்பாட்டிலிருந்து சோஜர்னர் விலகவே இல்லை.

வாழ்க்கையே வரலாறு

முறைப்படி படிக்கவும் எழுதவும் தெரியாத சோஜர்னருக்கு, அவர் சார்ந்திருந்த அமைப்புகளில் ஒன்றின் மூலமாக ஆலிவ் கில்பர்ட்டின் அறிமுகம் கிடைத்தது. தான் கடந்துவந்த பாதையை ஆலிவ் கில்பர்ட்டிடம் சொல்ல, பின்னாளில் அதுவே தனது வாழ்க்கைச் சரிதமாக வெளியாகும் என சோஜர்னர் நினைத் திருக்கவில்லை. கில்பர்ட்டின் நான்கு ஆண்டு உழைப்புக்குப் பிறகு, 'Narrative of Sojourner Truth' என்கிற பெயரில் 1850இல் அந்த நூல் வெளியானது. 'வடபகுதி அடிமை, உடல்ரீதியான அடிமைத் தளையிலிருந்து நியூயார்க் மாநில அரசால் 1828இல் விடுவிக்கப்பட்டவர்' என்கிற அடிக்குறிப்புடன் வெளியான அந்த நூல், சோஜர்னருக்கு மக்கள் மத்தியில் பெரும் செல்வாக்கை ஏற்படுத்தியது. பெண்களால், குறிப்பாக ஆப்ரிக்க அமெரிக்கப் பெண்களால் என்ன செய்துவிட முடியும் என்கிற எள்ளலோடு நிறவெறியில் மூழ்கியிருந்த மக்களுக்குத் தன் ஆக்கபூர்வமான செயல்களால் பதிலளித்தபடி இருந்தார் சோஜர்னர்.

உறுதிக்குக் கிடைத்த வெற்றி

பொதுப் பேருந்துகளில் நிறத்தின் அடிப்படையில் கடைப்பிடிக்கப்பட்ட பாகுபாட்டுக்கு எதிராக அமெரிக்க மனித உரிமைப் போராளியான ரோசா பார்க்ஸ் 1955இல் முன்னெடுத்த போராட்டம் வரலாற்று முக்கியத்துவம் வாய்ந்தது. அப்போதைய பேருந்துகளில் முதல் வரிசை இருக்கைகள் அமெரிக்க வெள்ளை இனத்தவருக்கும் பின்னிருக்கைகள் ஆப்ரிக்க அமெரிக்கர்களுக்கும் ஒதுக்கப்பட்டிருந்தன. 1955 டிசம்பர் 1 அன்று அந்த நாளின் வேலையை முடித்துவிட்டுச் சோர்வுடன் பேருந்தில் ஏறினார் ரோசா பார்க்ஸ். தங்களுக்கென ஒதுக்கப்பட்டிருந்த மூவர் அமரும் இருக்கையில் அமர்ந்தார். அமெரிக்க வெள்ளை இனத்தவருக்கான இருக்கைகள் அனைத்தும் நிரம்பியிருந்த நிலையில் அந்தப் பேருந்தில் அமெரிக்கர் ஒருவர் நின்றபடி பயணம் செய்ய நேர்ந்தது. அவருக்காகப் பின்னிருக்கையை ஒதுக்கித்தரும்படி நடத்துநர் சொல்ல, ரோசாவின் பக்கத்தில் அமர்ந்திருந்த இருவரும் எழுந்துகொண்டனர். ரோசா

பார்க்ஸ் மட்டும் எழவே இல்லை. விதிமுறைகளை மீறியதற்காக அவர் கைதுசெய்யப்பட்டார்.

அதைத் தொடர்ந்து மாண்ட் கொமெரி பேருந்துகளில் ஆப்ரிக்க அமெரிக்கர்கள் யாரும் பயணம் செய்யக் கூடாது என்கிற போராட்டத்தைப் பிற போராளிகளுடன் இணைந்து ரோசா பார்க்ஸ் முன்னெடுத்தார். கிட்டத்தட்ட ஓராண்டுக்கும் மேலாகநீடித்த போராட்டத்தைத் தொடர்ந்து பேருந்துகளில் நிறத்தின் அடிப்படை யிலான பாரபட்சம் கடைப்பிடிக்கப்படக் கூடாது, அது அரசமைப்புச் சட்டத்துக்கு எதிரானது என அமெரிக்க உச்ச நீதிமன்றம் தீர்ப்பளித்தது.

இந்தப் போராட்டம் குறித்து, 'அமெரிக்க வெள்ளை இனத்தவருக்காக இருக்கையை விட்டுத்தரும்படி என்னிடம் சொன்னபோது நான் இருக்கையைவிட்டு எழவில்லை. அடுத்து என்ன நேரும் என்பதைப் பற்றி நான் யோசிக்கக் கூடாது என்பதில் உறுதியாக இருந்தேன். என்னை அடிக்கலாம், வலுக்கட்டாயமாகப் பிடித்து இழுத்துப் பேருந்தில் இருந்து இறக்கிவிடலாம். என்னைக் கைது செய்யலாம். ஆனால், அப்படி நான் இறக்கிவிடப்படும் முன் மனிதராகவும் குடிமகளாகவும் என் உரிமைகள் குறித்து நான் அறிந்துகொள்ள வேண்டும்என நினைத்தேன்' என்று ரோசா பார்க்ஸ் பின்னாளில் குறிப்பிட்டிருக்கிறார்.

போராட்டங்களின் முன்னோடி

ரோசா பார்க்ஸின் போராட்டத்துக்கு ஒரு நூற்றாண்டுக்கு முன்பே 'இருக்கை உரிமை' போராட்டத்தில் சோஜர்னர் ஈடுபட்டார். 1860களில் அமெரிக்க வீதிகளில் ஓடிய வாகனங்களில் மோசமான நிறப் பாகுபாடு நிலவியது. ஒற்றை அல்லது இரட்டைக் குதிரைகள் பூட்டப்பட்டுத் தண்டவாளத்தின் மீது ஓடும் டிராம் போன்ற வாகனங்களின் உள்ளே அமர்ந்து பயணம் செய்ய அமெரிக்க வெள்ளை இனத்தவர் மட்டுமே அனுமதிக்கப்பட்டனர். ஆப்ரிக்க அமெரிக்கர்கள், வாகனத்தின் கூரை மீது அமர்ந்தபடியோ வாகனத்தின் முன்புறத்தின் குதிரைகளின் பின்னால் ஓட்டுநருக்கு அருகில் நின்றபடியோதான் பயணம் செய்ய வேண்டும் என்கிற சட்டம் அன்றைக்கு அமலில் இருந்தது.

அமெரிக்க உள்நாட்டுப் போரைத் தொடர்ந்து பொதுப்போக்குவரத்து வாகனங்கள் சிலவற்றில் ஆப்ரிக்க அமெரிக்கர்களுக்கு எனச் சில இருக்கைகள் ஒதுக்கப்பட்டன. 'மகளிர் மட்டும்' பேருந்துகளைப் போல் ஆப்ரிக்க அமெரிக்கர் களுக்கெனத் தனியாக வாகனங்களும் விடப்பட்டன. ஆனால், அந்த ஒன்றிரண்டு வாகனங்களுக்காக மணிக் கணக்காகக் காத்திருக்க வேண்டும். ஆப்ரிக்க அமெரிக்கர்களுக்குத் தனி வாகனங்கள் ஒதுக்கப்பட்டிருப்பதுகூடத் தெரியாமல் பலர் கால் கடுக்கக் காத்திருக்க, அவற்றிலும் அமெரிக்க வெள்ளை இன மக்களே பயணம் செய்வதும் உண்டு.

அமெரிக்க உள்நாட்டுப் போரில் ஆப்ரிக்க அமெரிக்க இளைஞர்கள்

பெருவாரியாகப் பங்கெடுக்கும்படி செய்ததால் சோஜர்னரின் புகழ் வெள்ளை மாளிகை வரை பரவியி ருந்தது. சோஜர்னரைக் கௌரவிக்கும் பொருட்டு அவரை வெள்ளை மாளிகைக்கு அழைத்துப் பாராட்டினார் ஆபிரகாம் லிங்கன். அதன் பொருட்டுப் பொதுப்போக்குவரத்து வாகனங்களில் சோஜர்னர் அடிக்கடி பயணம் செய்ய நேர்ந்தது. 1860களின் மத்தியில் ஒருநாள் வாஷிங்டனில் வாகனத்துக்காக சோஜர்னர் காத்திருந்தார். முதலில் ஒரு வண்டி வந்தது. சோஜர்னர் கையசைத்தும் நிற்காமல் சென்றது. இரண்டாம் வண்டியும் சோஜர்னரைப் புறக்கணித்துச் செல்ல, மூன்றாம் வண்டி வந்தபோது, "நான் பயணம் செய்ய வேண்டும்..." என்று முழக்கமிட்டார். அந்த உரிமைக் குரல் அங்கிருந்தவர்களைத் திரும்பிப் பார்க்க வைத்தது. வண்டியும் வேகமிழந்து நின்றது. உடனே வாகனத்தினுள் சோஜர்னர் ஏறினார். அவரைக் கூரையின் மீதோ வண்டியின் முன்புறமோ செல்லும்படி நடத்துநர் சொன்னார். சோஜர்னர் அதைப் பொருட்படுத்தவே இல்லை. அவரைக் கைது செய்ய நேரிடும் என்கிற எச்சரிக்கையைக் கேட்ட பிறகும் சிறிதும் அசராமல் வண்டியினுள் அமர்ந்திருந்தார். "என்னைப் பிற பகுதி மக்களைப்போல் எதுவும் அறியாதவள் என்று நினைத்தீர்களா? நான் நியூயார்க்கில் இருந்து வருகிறேன். எனக்கும் சட்டம் தெரியும்" என்று துணிவோடு சொன்னார் சோஜர்னர்.

29

ஆண்களே,
கொஞ்சம் தள்ளி நில்லுங்கள்!

அமெரிக்க வெள்ளையினத்தவர் நிறைந்திருந்த வண்டியில் ஏறிய சோஜர்னர், அங்கிருந்த இருக்கையில் அமர்ந்துவிட்டார். அவரை வண்டியின் முன் பக்கம் செல்லும்படி நடத்துநர் மிரட்டும் தொனியில் கூச்சலிட, சோஜர்னர் சிறிதும் அசரவில்லை. சாவதானமாக இருக்கையில் சாய்ந்து அமர்ந்தார். தன்னை அந்த நடத்துநர் சட்டரீதியாக எதுவும் செய்துவிட முடியாது என்கிற துணிவு தந்த நிமிர்வு அது.

ஆப்ரிக்க அமெரிக்கர்கள் மட்டும் பயணம் செய்யும் வகையில் அந்தக் காலத்தில் 'ஜிம் குரோ' வண்டிகள் தனியாக விடப்பட்டன. ஆனால், அவற்றிலும் அமெரிக்க வெள்ளையின மக்களே அமர்ந்து செல்ல, ஆப்ரிக்க அமெரிக்கர்களோ வண்டியின் முன் பக்கம் அல்லது வண்டியின் கூரையின் மீது அமரும்படி கட்டாயப் படுத்தப்பட்டனர். இதை அறிந்த சோஜர்னர் ட்ரூத், வாகனங்கள் ஓடும் ரயில்பாதை நிர்வாகத் தலைவருக்கு இது குறித்துப் புகார் அளித்தார். அதைத் தொடர்ந்து வாகனங்களில் நிறப் பாகுபாடு கடைப்பிடிக்கப்படக் கூடாது என அதிகாரப்பூர்வ அறிவிப்பு வெளியானது. அந்த அறிவிப்பு தந்த துணிவில்தான் சோஜர்னர் தன் இருக்கையில் இருந்து எழவில்லை. இதற்கும் அவர் மீது வழக்குத் தொடரப் பட்டது. அந்த வழக்கிலும் இறுதிவரை போராடி வென்றார் சோஜர்னர்.

நில உரிமை வேண்டும்

சோஜர்னரின் போராட்டங்களில் நில உரிமைப் போராட்டமும் முக்கிய மானது. இன்றைக்கும் உலகம் முழுவதும் ஒடுக்கப்பட்டோரிடமும் பெண்களிடமும் இருக்கும் சொத்து களின் மதிப்பே அந்தப் போராட்டத்தின் அவசியத்தை உணர்த்தும். அமெரிக்க உள்நாட்டுப் போரில் பங்கேற்ற ஆப்ரிக்க அமெரிக்கர்களுக்கு நிலம் வேண்டும் என்று 1860களின் பின் பகுதியில் சோஜர்னர் கோரிக்கை வைத்தார். காரணம், நில உரிமை என்பதுதான் மனிதர்களை அடிமைத்தனத்தில் இருந்தும் அண்டிப் பிழைப்பதில் இருந்தும் விடுவிக்கும் என்பதை அவர் உணர்ந்திருந்தார். ஆப்ரிக்க அமெரிக்கர்கள் நாள் முழுக்க வயலில் உழைத்தாலும் அதன் பலனை எல்லாம் உரிமையாளர்களே அனுபவிப்பதன் அரசியலை அறிந்திருந்தார். தன் மக்கள் வெறும் கூலிகளாகவும் உதிரிகளாகவும் வாழ்ந்து மடியக் கூடாது என்பதில் உறுதியாக இருந்தார். இதற்காக ஆயிரக்கணக்கானோரிடம் கையெழுத்து பெற்று மனு அளித்தார். ஆனால், அவர் வாழ்ந்த காலம்வரை அந்தக் கனவு கைகூடவே இல்லை.

தப்பித்து ஓடவில்லை

சோஜர்னருக்குப் படிப்பறிவும் எழுத்தறிவும் இல்லை. ஆனால், அவரது சொற்கள் அம்பைப் போலக் கூர்மையானவை. இலக்கைத் தாக்கத் தவறாதவை. இந்தச் சம்பவமும் அதற்கு உதாரணம். தான்

வேலை செய்துவந்த வீட்டிலிருந்து வெளியேறிய சோஜர்னரைத் தேடி அவரை விலைகொடுத்து வாங்கிய 'எஜமானர்' வந்துவிட்டார். "ஏன் தப்பியோடினாய்?" என அவர் கேட்க, "நான் இருளில் பதுங்கி ஓடவில்லை. சூரிய ஒளியில் நடந்துதான் சென்றேன்" எனக் குரலில் சிறிதும் பிசிறின்றிப் பதில் அளித்தார் சோஜர்னர். ஆறடி உயரமும் ஆஜானுபாகுவான தோற்றமும் கொண்ட சோஜர்னர் உரையாற்றுகையில் கூட்டம் மொத்த மும் இமைக்க மறந்து கேட்கும். ஒரு கூட்டத்தில், "இறைவன் படைத்த முதல் பெண்தான் உலகைத் தலைகீழாகத் திருப்பிப் போட்டாள் என்று வைத்துக்கொண்டால் அதை நேர் செய்யும் திறமையும் அவளுக்கு உண்டு. ஆண்களே, நீங்கள் கொஞ்சம் ஒதுங்கிக்கொள்ளுங்கள்" என்று ஆணாதிக்கவாதிகளுக்குக் குட்டுவைத்தார்.

உரிமைச் சுடர்

ஆழ்ந்த இறை நம்பிக்கை கொண்டிருந்த சோஜர்னர், தன் சொற்பொழிவுகளிலும் அதை வெளிப் படுத்தினார். "உங்களது தோலைச் சிவப்பாகப் படைத்த கடவுள்தான் என் தோலைக் கறுப்பாகப் படைத்தார். கறுப்பாகப் பிறந்ததில் என் தவறு என்ன? கடவுள் நிறத்தைக் கொண்டா தன் அன்பை வெளிப்படுத்தினார். அனைத்து மக்களுக்காகவும்தானே அவர் உயிர் நீத்தார்?" என்கிற அவரது கேள்வி அன்றைக்குப் பலரையும் நிறவேற்றுமை குறித்துச் சிந்திக்கத் தூண்டியது. பக்திப் பாடல்களோடு விடுதலைக்கான பாடல்களையும் சோஜர்னர் பாடினார். அமெரிக்க உள்நாட்டுப் போரின்போது அவர் எழுதிய 'தி வேலியண்ட் சோல்ஜர்ஸ்' பாடல் புகழ் வாய்ந்தது. "உங்களைப் போலவே எங்களுக்கும் எல்லா உரிமையும் உண்டு. ஒரு வேளை உரிமைகள் மறுக்கப்படும்பட்சத்தில் நாங்கள் அவற்றைப் பெறுவதை நீங்கள் தடுக்க முடியாது" என்று சோஜர்னர் அன்றைக்கு ஏற்றிய உரிமைச் சுடர் அவரது மறைவுக்குப் பிறகும் அணையவில்லை.

30

தப்பிக்க முடியாத வாழ்நாள் தண்டனை?

நாம் உலக அளவில் பாலினச் சமத்துவத்தை அடைவதற்கு இன்னும் 134 ஆண்டுகள் ஆகும் என உலகப் பொருளாதார மன்றம் அறிவித்திருக்கிறது. ஆணுக்கு நிகராகக் கிட்டத்தட்ட அனைத்துத் துறைகளிலும் பெண்கள் முன்னேற்றம் கண்டுவிட்டதாக நாம் நினைத்துக்கொண்டிருக்கும் இந்நாளில் பாலின இடைவெளியை 64.1% மட்டுமே கடந்திருக்கிறோம். இந்த நிதர்சனத்தின் பின்னணியில் இருந்து பார்த்தால் நூறு ஆண்டுகளுக்கு முன்பு பெண்களின் நிலை எப்படி இருந்திருக்கும்? அதன் சிறுதுளியை பிரிட்டன் எழுத்தாளர் மோனிகா ஃபெல்டன் பதிவுசெய்திருக்கிறார்.

அன்றைய மதராஸ் மாகாணத்தில் நான்கு ஆண்டுகள் தங்கியிருந்த அவர், ஆர்.எஸ். சுப்பலட்சுமியைச் சந்தித்து அவரது வாழ்க்கை வரலாற்றைப் பதிவுசெய்திருக்கிறார். 'A child widow's story' என்கிற தலைப்பில் 1967இல் வெளியான அந்தப் புத்தகம், அடிப்படை உரிமைகள் அனைத்தும் மறுக்கப்பட்டுச் சமையலறைக்குள் முடக்கப்படுவதற்கான அத்தனை சாத்தியங்களும் கொண்ட இளம் கைம்பெண், சமூகச் சீர்திருத்தவாதியாக பரிணமித்த நெடும்பயணத்தைச் சொல்கிறது.

முதல் மாணவி

சுப்புலட்சுமி என்றதுமே இசையரசி எம்.எஸ். சுப்புலட்சுமியை நினைத்துக்கொள்ளும் பலரும் ஆர்.எஸ். சுப்பலட்சுமியை அறிந்திருக்கச் சாத்தியமில்லை. ஆனால், யாருமே நினைத்துப் பார்க்க முடியாத அசாத்திய வாழ்க்கை அவருடையது. 'சகோதரி' சுப்பலட்சுமி என்கிற அடையாளத்தை அடைய அவர் எதிர்கொண்ட சவால்கள் கடினமானவை. சுப்பலட்சுமியின் பூர்விகம் தஞ்சாவூர் மாவட்டம் ரிஷியூர் என்றாலும் அவர் மதராஸ் மாகாணத்தில் 1886ஆம் ஆண்டு பிறந்தார். சுப்பலட்சுமியின் அம்மா விசாலாட்சி தலைப் பிரசவத்துக்காகத் தன் தாய்வீடான மயிலாப்பூருக்கு வந்தார். பிரசவத்தில் சிக்கல். மருத்துவரை அழைப்பதற்கு விசாலாட்சி சம்மதிக்கவில்லை. அந்நிய ஆண் ஒருவர் தன்னைத் தொட்டு சிகிச்சையளிப்பதில் அவருக்கு உடன்பாடு இல்லை. ஆனால், அவரது நல்ல நேரம் அப்போது மதராஸில் மருத்துவராக இருந்த ஐரோப்பியப் பெண் மருத்துவரான ஷார்லீப் விசாலாட்சிக்குப் பிரசவம் பார்த்தார். மருத்துவக் கருவி உதவியோடு சுப்பலட்சுமி பிறந்தது அவர்களது வீடுகளில் அன்றைக்குப் பெரிதாகப் பேசப்பட்டது.

சுப்பலட்சுமியின் அப்பா சுப்பிர மணிய ஐயர், மதராஸ் மாகாணத்தில் பொதுப்பணித் துறையில் பணியாற்றினார். மூன்று வயது சுப்பலட்சுமியைச் சுற்றத்தாரின் ஏச்சையும் பேச்சையும் மீறிப் பள்ளியில் சேர்த் தார். அங்கே இரண்டு ஆண்டுகள் படித்த சுப்பலட்சுமி பிறகு தங்கள் வீட்டுக்கு அருகில் இருந்த தொடக்கப் பள்ளியில் சேர்ந்தார். ஒன்பது வயதில் நான்காம் வகுப்புப் பொதுத்தேர்வில் செங்கல்பட்டு மாவட்டத்தில் முதல் மாணவியாகத் தேறினார்.

சிறுமிக்கு நேர்ந்த துயரம்

முதல் மதிப்பெண் எடுத்தவருக்குத் திருமணமே பரிசாகக் காத்திருந்தது. வரதட்சிணைக்கு ஏற்ற வரன் தேட இரண்டு ஆண்டுகள் ஓடின. யாரென்றே அறியாத சிறுவனுடன் 11 வயதில் சுப்பலட்சுமிக்குத் திருமணம். தன்னை மணக்கவிருக்கிறவன் உயரமா – குள்ளமா, கறுப்பா – சிவப்பா என எதையும் சுப்பலட்சுமி கவனிக்கவில்லை. தான் உடுத்தியிருந்த பனாரஸ் பட்டுப்புடவை மட்டுமே அந்தச் சிறுமியின் மகிழ்ச்சிக்குக் காரணம். இனி விழாக்களுக்குச் செல்லும்போது அதை உடுத்திச் செல்லலாமே! ஆனால், காலம் வேறொரு கணக்கை வைத்திருந்தது.

திருமணம் முடிந்த சில வாரங்களிலேயே அந்தச் செய்தி சுப்பலட்சுமியின் குடும்பத்தை எட்டியது. மாப்பிள்ளை மாண்டுபோன துயரச் செய்தியை

மகளிடமிருந்து மறைக்க நினைத்தனர் சுப்பலட்சுமியின் குடும்பத்தினர். இந்தத் துயரை அந்தச் சிறு குழந்தை எப்படித் தாங்குவாள் என்பதுதான் அவர்களது கவலை. *11* வயதில் கைம்மைக்கோலமா என அவர்கள் கலங்கினர். பெரியவர்களுக்குக் கீழ்ப்படிந்து நடந்த சிறுமிக்குக் கிடைத்த தப்பிக்கவே முடியாத தண்டனை அது. அந்நாளில் கணவன் இறந்த பிறகு பெண்களுக்கு வேறொரு திருமணம் கிடையாது. அவர்களால் மனைவியாக முடியாது, தயாக முடியாது. வாழ்க்கையின் மிகச் சாதாரண மகிழ்ச்சிகூட அவர்களுக்கு மறுக்கப்படும். எந்தவொரு விழாவிலும் பங்கேற்க முடியாது. சுப்பலட்சுமிக்கும் அந்த நிலை நேர்ந்துவிடுமோ எனக் குடும்பமே கலங்கியது. அவள் சிறுபெண்ணாக இருப்பதால் எந்தச் சடங்கையும் செய்ய வில்லை. அவள் பருவமடைந்த பிறகு அவளது கூந்தல் மழிக்கப்பட்டுப் பருத்திப் புடவைக்குள் அந்தச் சிறுமி சிறைபுகுவதைக் கல்வியறிவு பெற்றிருந்த அந்தத் தம்பதியால் ஏற்றுக்கொள்ளவே முடியவில்லை.

சித்திக்கு என்ன ஆச்சு?

அந்த வீட்டில் சுப்பலட்சுமி குறித்து அவளுடைய பெற்றோரைப் போலவே அக்கறை கொண்ட இன்னொரு உறவும் இருந்தது. அவர் சுப்பலட்சுமியின் சித்தி. மதுரையில் உறவினர் வீட்டில் தங்கி சில மாதங்கள் படித்துவிட்டு அப்போதுதான் சென்னை திரும்பியிருந்தாள் சிறுமி சுப்பலட்சுமி. சைதாப்பேட்டையில் வழக்கறிஞர் சதாசிவத்தின் திருமணத்துக்குச் சென்றிந்தபோதுதான் சுப்பலட்சுமிக்கு முதல் முறையாக அந்தக் கேள்வி தோன்றியது. சதாசிவத்தின் மனைவி உடுத்தியிருந்த புடவையின் அழகில் லயித்திருந்த அவர், பலரும் தன் சித்தியைப் பார்ப்பதையே தவிர்ப்பதைக் கவனித்தார். அம்மாவும் மற்ற உறவினர்களும் பல வண்ணப் பட்டுப்புடவைகளை உடுத்தியிருக்க சித்தி மட்டும் ஏன் வெள்ளைநிறப் புடவையை அணிந்திருக்கிறார் எனத் தோன்றியது. பாட்டியும் அப்படித்தான் உடுத்தியிருந்தார் என்றாலும் அவருக்கு வயதாகிவிட்டது. ஆனால், சித்தி அப்படியில்லையே. இளமையும் அழகும் நிறைந்த அந்த முகம் ஏன் முக்காடு அணிந்திருக்க வேண்டும்? தன் நீண்ட கூந்தலை அம்மா கொண்டைபோட்டு பூ வைத்திருக்கிறாரே, சித்திக்குத் தலைமுடி இருக்குமா? அடுக்கடுக்கான கேள்விகள். அவற்றை அம்மாவிடம் கேட்டபோது அதுவரை ஒருமுறைகூட அழுது பார்த்திராத அம்மா அன்று வெடித்து அழுதுவிட்டார்.

31

ஆண்கள் தோற்ற தேர்வில் வாகைசூடிய பெண்

சுபலட்சுமியின் திருமணத் துக்கு வரன் தேடியபோது இருவீட்டாரும் ஜாதகங்களைப் பரிமாறிக்கொண் டார்கள். நினைத்துப் பார்க்கவே முடியாத மகிழ்ச்சியான பெருவாழ்வும் எதிர்காலமும் மணமகளுக்கு அமையும் எனச் சோதிடர் கணித்துச் சொன்னதில் அனைவருக்கும் மகிழ்ச்சி. அந்த மகிழ்ச்சிக்கு மாப்பிள்ளையைப் போலவே ஆயுள் குறைவு என்பது வெகுவிரைவிலேயே அந்தக் குடும்பத்துக்குப் புரிந்தது.

கைம்மை நிலையின் கொடுமை சுபலட்சுமியின் சித்தி அறியாதது அல்ல. மழிக்கப்பட்ட தலையும் வெளிறிய கைத்தறிப் புடவையால் முக்காடிட்ட முகமுமாகச் சமையலறைக்குள்ளேயே முடிந்துபோகிற கொடுவாழ்வு அது என்பதை அனுபவித்துக் கொண்டி ருப்பவர்தானே அவர். நாவின் சுவை அரும்புகள் தங்கள் வேலையை மறந்துவிடுகிற அளவுக்கு உணவுக் கட்டுப்பாடும் உண்டு. ஊறுகாயும் வெற்றிலைப்பாக்கும்கூட அவர்கள் தொட முடியாத உயரத்தில் இருந்தன.

கொடுங்கனவின் முடிவு

காலம் முழுக்கப் பெற்றோர் வீட்டிலும் அவர்களது மறைவுக்குப் பிறகு உடன்பிறந்தவர்கள் வீட்டிலும் ஓயாமல் வேலைசெய்து காலத்தை

நெட்டித்தள்ளும் நிலை சுபலட்சுமிக்கு வேண்டாம் எனச் சித்தியும் சுபலட்சுமி யின் பெற்றோரும் முடிவுசெய்தனர். திருமணப் பட்டுப் புடவையைத் தவிர தன் திருமணம் குறித்த வேறெந்த நினைவும் இல்லாத சிறுமி சுபலட்சுமி அந்தப் புடவையை மீண்டும் அணிய விருப்பப்பட, அம்மாவோ எதுவும் சொல்லவில்லை. அந்தப் புடவையைக் கிழித்து இரண்டு பாவாடைகளாகத் தைத்துவிட்டார். சுபலட்சுமியின் வாழ்க்கையில் நிகழ்ந்த கொடுங்கனவின் நினைவாக இருந்த ஒரே அடையாளமான புடவையும் அன்றைக்கு உருமாறிப்போனது!

முடங்கிய கல்வி

அந்த ஆண்டுக் கோடை விடுமுறை யில் சுபலட்சுமிக்கு நல்ல செய்தி காத்திருந்தது. அவருக்கு ஆங்கிலத்தைக் கற்றுத்தர தந்தை முடிவுசெய்தார். ஆங்கிலத்தோடு சம்ஸ்கிருதம், கணிதம், வரலாறு, புவியியல் என அனைத்தையும் மிகச் சில மாதங்களிலேயே சுபலட்சுமி கற்றுத் தேர்ந்தார். ஆங்கிலத்தில் சரளமாகப் பேசக் கற்றுக்கொண்டவருக்கு எழும்பூர் பிரசிடென்சி உயர்நிலை பயிற்சிப் பள்ளியில் இடம் கிடைத்தது. அந்நாளில் சைதாப்பேட்டையில் இருந்து மதராஸின் மையப்பகுதியான எழும்பூருக்கு ஒருவர் தினமும் சென்று வருவது சுலபம் அல்ல. அதுவும் கைம்பெண்ணான சிறுகுழந்தை எப்படிச் சென்றுவருவாள் என்று பதறினார் சுபலட்சுமி யின் அம்மாவழிப் பாட்டி. அதனால், சுபலட்சுமிக்கும் அவருடைய தந்தையோடு சைதாப்பேட்டை வேளாண்மைக் கல்லூரியில் பணி புரிந்தவரின் மகள் மேரிக்கும் ஜட்கா வண்டி ஏற்பாடு செய்யப்பட்டது. முதல் நாள் பள்ளி முடிந்து இரண்டு சிறுமிகளும் வீடு திரும்பினர். ஜட்கா வண்டியிலிருந்து குதித்து இறங்கிய பேத்தியிடம் இனி பள்ளிக்குச் செல்லக் கூடாது எனப் பாட்டி கட்டளையிட்டார். மாமியாரின் பேச்சை மருமகனால் தட்ட முடியவில்லை. மீண்டும் சுபலட்சுமி வீட்டுக்குள் முடங்கினார்.

பாட்டியின் ஒப்புதல்

மகளின் வாடிய முகம் பார்த்துக் கலங்கிய சுப்பிரமணி அவரை

எப்படியாவது பள்ளிக்கு அனுப்பிவிட வேண்டும் என்பதற்காகப் பள்ளியின் எதிரிலேயே ஒரு வீட்டை வாடகைக்குப் பார்த்தார். அதில் சுபலட்சுமியும் அவருடைய சித்தியும் தங்கிக்கொள்ள ஏற்பாடு. பாட்டிக்கு இதுவும் பிடிக்கவில்லை. பருவமடைவதற்கு முன்பே கணவனை இழந்த தன் மகளும் பேத்தியும் தனியாகத் தங்குவதற்கு அவர் சம்மதிக்கவில்லை. சுப்பிரமணிய ஐயர் எவ்வளவோ எடுத்துச் சொல்லியும் மாமியார் கேட்பதாக இல்லை. அவர்களது குடும்பம் மதிக்கும் கணித வாத்தியார் ஒருவர் மூலமாகப் பாட்டி ஓர் ஏற்பாட்டுக்கு உடன்பட்டார். அதன்படி மொத்தக் குடும்பமும் எழும்பூர் வீட்டுக்குச் சென்று தங்கியது. சுபலட்சுமி பள்ளிக்குப் புறப்பட்டதை சன்னல் பின்னால் அமர்ந்தபடி பாட்டி கண்காணித்தார். பள்ளி முடிந்து மாலை சுபலட்சுமி வீடு திரும்பும்வரை அந்த இடத்தை விட்டுப் பாட்டி அகலவே இல்லை. அவர் பார்த்த வரைக்கும் அந்தப் பள்ளியில் ஆண்கள் யாரும் இல்லை என்பதால் பேத்தி தொடர்ந்து படிக்க பச்சைக்கொடி காட்டினார்.

1900இல் நடத்தப்பட்ட தேர்வில் மதராஸ் மாகாணத்தில் மூன்றாவதாகத் தேறிய சுபலட்சுமி, வெள்ளிப் பதக்கத்தை வென்றார். முதல் தேர்வு என்பதால் இதைப் பதற்றத்தோடு எதிர்கொண்டவர், இறுதித் தேர்வில் அனைத்துப் பாடங்களிலும் ஹானர்ஸில் தேறினார். இந்தச் செய்தி நாளிதழ்களில் வெளியானபோது மாபெரும் மோசடி நடந்துவிட்டதாகப்

பலர் பேசினர். சுபலட்சுமியுடன் படித்த 12 மாணவர்களில் 11 பேர் தோல்வியுற, ஒரு பெண் எப்படி வெற்றி பெறலாம் என விவாதித்தனர். விடைத்தாள் திருத்துவோருக்கு சுபலட்சுமியின் தந்தை லஞ்சம் கொடுத்திருக்கலாம் என்கிற வதந்தியைச் சிலர் பரப்பினர். பள்ளிப் படிப்பு முடிந்துவிட்டதே என்கிற கவலையில் இருந்த சுபலட்சுமியை இவை எதுவுமே பாதிக்கவில்லை.

படிப்பது பாவமா?

ஆசிரியர் படிப்பு படிக்க வேண்டும் என்பது சுபலட்சுமியின் விருப்பம். ஆனால், மகளை மேற்கொண்டு படிக்க வைக்க விசாலாட்சிக்கு விருப்பம் இல்லை. தவிர, அந்நாளில் பெண் களுக்கென்று தனிக் கல்லூரியும் இல்லை. 'கறுப்பர் நகரம்' என அழைக்கப்பட்ட ஜார்ஜ் டவுனில் இருந்த பிரசன்டேஷன் கான்வென்ட்டில் படிப்பதாக முடிவானது. அங்கிருந்த கன்னியாஸ்திரிகளுக்கு சுபலட்சுமியின் பெயர் வாயில் நுழையவில்லை. முதல் நாளே அவரது பெயரை 'சைபில்' என மாற்றியதில் அவருக்கு வருத்தம். ஆனால், பாடம் கற்பித்த மூன்று கன்னியாஸ்திரிகள் சுபலட்சுமியின் வாழ்க்கையில் மறக்க முடியாத நபர்களாகிவிட்டனர். இரண்டு தங்கப் பதக்கங்களோடு படிப்பை முடித்தவர் வேறு வழியே இல்லாமல் ஆண்களும் பயிலும் மாநிலக் கல்லூரியில் சேர வேண்டியதானது. இந்த முறை ஜட்கா வண்டிக்குப் பதில் ரிக்‌ஷா வண்டி. குடைபிடித்தபடி ரிக்‌ஷாவில் கல்லூரிக்குச் சென்றவரை அண்டை வீட்டுத் திண்ணைகளில் இருந்த வர்கள் வசைபாட, கல்லூரி வாசலிலோ மாணவர் கூட்டம் கேலிபேசியது. எதற்குமே கலங்காத சுபலட்சுமி மனிதர்களின் அநாகரிகப் பேச்சை நினைத்து அன்றைக்கு முதல் முறையாகக் கலங்கினார். கணவன் இழந்த பெண் ஒருவர் படிப்பதற்காகக் கல்லூரிக்குச் செல்வது அவ்வளவு இழிவானதா? கைம்பெண்களுக்கு பிறரைப் போல் வாழும் உரிமை இல்லையா? இந்தக் கேள்விகள் அவரை வேறொரு முடிவுக்கு அழைத்துச் சென்றன.

32

பெயரில் இருக்கிற 'சுபம்' வாழ்வில் இல்லையா?

எந்தக் கல்லூரியில் நுழைந்தபோது பெருங்கூட்டமே சுற்றி நின்று தன்னை வேடிக்கை பார்த்ததோ அந்தக் கல்லூரியின் தேர்வு முடிவிலும் அனைவரையும் திரும்பிப் பார்க்க வைத்தார் சுபலட்சுமி. 1911இல் இந்தியாவில் வெளியான செய்தித்தாள்கள், 'இளம் பிராமணக் கைம்பெண் சாதனை' என்று தலைப்பிட்டு சுபலட்சுமியின் வெற்றி குறித்து எழுதின. தூற்றிய வாய்களைத் தன் அறிவுத்திறனால் அவர் அடைத்தார்.

மைசூரு, திருவிதாங்கூர் மன்னர்கள் தங்கள் சமஸ்தானத்திற்கு வந்து பெண் களுக்குக் கற்பிக்கும்படி சுபலட்சுமியைக் கேட்டுக்கொண்டனர். இலங்கை அரசும் அவருக்கு அழைப்பு விடுத்தது. அன்றைக்குக் கல்லூரிப் பேராசிரியரான அவருடைய தந்தை வாங்கிய ஊதியத்தைவிட மூன்று மடங்கு ஊதியம் கிடைக்கும் என்கிற நிலையிலும் அந்தக் கோரிக்கைகளை சுபலட்சுமி மறுத்துவிட்டார். சமூக அந்தஸ்தும் ஓரளவுக்குப் பொருளாதார வலுவும் உள்ள தனக்கே கல்வி கற்பதில் இவ்வளவு தடைகள் இருக்கிறபோது மற்றவர்களின் நிலை குறித்துக் கலங்கினார்.

வழிகாட்டிய சந்திப்பு

சுபலட்சுமியைப் போலவே கைம்மைக் கோலம் பூண்ட அம்முக்குட்டி

என்கிற 18 வயதுப் பெண்ணும் சுபலட்சுமியோடு எழும்பூர் வீட்டில் தங்கினார். அந்த வீட்டின் வாசல் பக்கவாட்டில் இருந்தது. அரச மரத்தின் நிழல் அடர்ந்து மற்றவர்களின் பார்வையில் படாதவாறு இருந்ததால் அந்த வீட்டில் மூன்று கைம்பெண்கள் தங்குவது குறித்துச் சுற்றியிருந்தவர்கள் எந்தப் பிரச்சினையையும் எழுப்பவில்லை.

இலக்கை முடிவுசெய்துவிட்டபோதும் சில நேரம் பாதை புலப்படாது. அப்படியொரு தருணத்தில் சுபலட்சுமிக்கு வழிகாட்டி மரமாக விளங்கினார் கிறிஸ்டினா லின்ச். சுபலட்சுமியின் தந்தை பணியாற்றிய கோயம்புத்தூர் மாவட்டத்தின் பெண் கல்விக்கான அதிகாரி அவர். 1901ஆம் ஆண்டு நிலவரப்படி மதராஸ் மாகாணத்தில் மட்டும் ஐந்து முதல் 15 வயதுக்குள்பட்ட 23,395 பிராமணக் கைம்பெண்கள் இருந்தனர். அவர்களை மீட்டு அவர்களுக்குக் கல்வி வழங்குவதற்காக அரசு சார்பில் சிறு இல்லம் தொடங்க வேண்டும் என்கிற அவரது திட்டத்துக்கு மூன்றரை ஆண்டுகளாகியும் ஒப்புதல் கிடைக்கவில்லை. கிறிஸ்டினா லின்ச் இது குறித்து சுபலட்சுமியிடம் பேசினார். அரசின் ஒப்புதலுக்காகக் காத்திராமல் நாமே பணம் வசூலித்து, சிறிய இல்லம் ஒன்றை நடத்தலாம் என சுபலட்சுமிக்கு ஆலோசனையும் சொன்னார். அப்படி 1912இல் உருவானதுதான் 'சாரதா பெண்கள் சங்கம்'. இந்தச் சங்கம் சார்பில் செய்தித்தாள்களில் விளம்பரம் கொடுக்கப்பட்டுப் பொதுமக்களிடம் 2,000 ரூபாய் வசூலிக்கப்பட்டது. அதற்குள் சுபலட்சுமி தன் ஆசிரியர் பயிற்சிப் படிப்பையும் முடித்துவிட்டார். கைம்பெண்களுக்கான இல்லம் அமைக்க முடிவெடுத்தாலும் இடம் கிடைப்பது சிக்கலாக இருந்தது.

சாரதா இல்லம்

பெண்கள் வீட்டிலிருந்து பள்ளிக்குச் சென்றுவரும் வகையில் எழும்பூரில் இருந்தஅரச மர வீட்டுக்கு அருகிலேயே மற்றொரு வீட்டைத் தேடினர். பெண்களைக் குழுவாக இணைத்ததிலும் சங்கம் அமையப் பெற்றதிலும் சித்திக்குப் பங்கு உண்டு. தினமும் மாலை நேரத்தில் சித்தியின் ராமாயண, மகாபாரதக் கதைகளைக் கேட்க பெண்கள் வருவார்கள். பக்திக் கதைகளில் தொடங்கும் பேச்சு படிப்படியாகச் சமூக நிர்ப்பந்தம், அறிவியல், புவியியல், சம கால வரலாறு என்று விரிவடைந்துகொண்டே போகும். அறிவுப்பூர்வமான இந்த உரையாடலில் பிற மதங்களைச் சேர்ந்த பெண்களும் இணைய விரும்பினர். அரச மர வீடு அவ்வளவு பேருக்கும் இடமளிக்கும் வகையில் இல்லை. அதனாலேயே விரைவாகத் தனி வீடு பார்த்தார்கள். சங்கமாக இருந்தது பிறகு கைம்பெண்களுக்கான 'சாரதா இல்லம்' எனப் பரிணமித்தது.

கணவன் இறந்துவிட்டால் பெண்களுக்கு வாழ்க்கையே முடிந்துவிட்டது என்கிற அந்நாளைய கற்பிதத்தைத் தன் அறிவால் சுபலட்சுமி மாற்றிக் காட்டினார். சாரதா இல்லத்தில் தங்கியிருந்த பெண்கள் ரவிக்கையோடு கூடிய பல வண்ணப் புடவைகளை அணிந்தபடி பள்ளிக்குச் சென்றது மாபெரும் புரட்சியே. அவர்கள் தலைமுடியை வளர்த்துக்கொண்டனர். ஏற்கெனவே மழிக்கப்பட்ட தலையோடு வந்த பெண்கள், இல்லத்துக்கு வந்த பிறகு கூந்தல் வளர்த்தனர். இவையெல்லாம் அந்தப் பெண்களின் கற்பனைக்கும் எட்டாத புரட்சிகரச் செயல்பாடுகள். அனைத்தையும் தன் சித்தி, அம்மா விசாலாட்சி, தங்கைகள், ஐரோப்பிய ஆசிரியர்கள் - கல்வி அதிகாரிகள், கைம்பெண்களின் பெற்றோர் ஆகியோரின் ஒத்துழைப்போடு சுபலட்சுமி நிகழ்த்தினார்.

மறுமணப் புரட்சி

ஒருநாள் ரங்கூனில் இருந்து ஒருவர் சுபலட்சுமிக்குக் கடிதம் எழுதியிருந்தார். தான் மனைவியை இழந்தவர் எனவும் தனக்குக் குழந்தைகள் இல்லை எனவும் தெரிவித்திருந்தவர், சாரதா இல்லத்தில் இருக்கும் கைம்பெண்களில் யாராவது ஒருவரைத் தான் மணந்துகொள்ள விரும்புவ தாகவும் எழுதியிருந்தார். அதைப் படித்ததும் சுபலட்சுமி

முதலில் அதிர்ந்தார். அப்போது அந்த இல்லத்தில் தங்கியிருந்த 16 வயதுப் பெண், அந்த நபரை மணந்துகொள்ள விருப்பம் தெரிவித்தார். அதுவும் சுபலட்சுமியை அதிர்ச்சியடையச் செய்தது. ஆனால், கைம்பெண் ஒருவர் மறுமணம் புரிந்துகொண்டு மற்றவர்களைப் போல் மகிழ்வோடு வாழ்வதில் என்ன தவறு என்று தோன்றியது. தவிர, கடிதம் எழுதியிருந்தவர் முற்போக்குச் சிந்தனை கொண்டவராகவும் இருந்தார். உடனே, அந்த நபர் மதராஸுக்கு வந்து சாரதா இல்லத்தின் 16 வயது கைம்பெண்ணை மணந்துகொண்டார். நூறு ஆண்டுகளுக்கு முன் தென்னிந்தியாவில் பழமைவாதங்கள் நிறைந்த சமூகத்தில் இப்படியொரு மறுமணம் யாருமே நினைத்துப்பார்க்க முடியாதது. ஆனால், அதைச் சத்தமின்றி சுபலட்சுமி செய்துமுடித்தார்.

ஆசிரியர் பயிற்சிப் படிப்பின்போது ஒரு நாள் சுபலட்சுமி பள்ளி வளாகத்தின் படிகளில் சென்றுகொண்டிருந்தார். அப்போது எதிரே வந்த இரண்டு பெண்கள் சுபலட்சுமியைப் பற்றிக் கிண்டலாகப் பேசினர். கைம்பெண்ணும் கறுப்புப் பூனையும் எதிர்ப்படுவது அக்காலத்தில் சகுனத்தடையாகக் கருதப்பட்டது. ‘இவளுக்குப் பெயரில் மட்டும்தான் ‘சுபம்’ இருக்கும்போல’ என்கிற பொருள்படும்படி அந்தப் பெண்கள் பேசினர். அது அவரைச் சிறிதும் பாதிக்கவில்லை. பிறரது வாழ்க்கையில் சுபத்தையும் லட்சுமிகரமான நல்விளைவையும் ஏற்படுத்தியதால் தனக்கு எல்லா வகையிலும் ஏற்ற பெயர்தான் அது என நினைத்துக்கொண்டார். சுபலட்சுமியின் வாழ்க்கையைப் பற்றி எழுத விரும்புவதாக பிரிட்டன் எழுத்தாளர் மோனிகா சொன்னபோது, ‘இந்தியாவின் முதல் கவர்னர் ஜெனரல் ராஜகோபாலாச்சாரியைப் பற்றி எழுதியவர், என்னைப் போன்ற சாதாரணப் பெண்ணைப் பற்றி எழுத என்ன இருக்கிறது? நான் யார்?’ என மறுத்தார் சுபலட்சுமி. தனக்குக் கிடைத்த வாய்ப்பைச் சமூக மாற்றத்துக்குப் பயன்படுத்திய சுபலட்சுமியின் வாழ்க்கையே ‘நான் யார்?’ என்கிற கேள்விக்குப் பதிலாக இருக்கிறது.

33

தென்னிந்தியாவின் 'சகோதரி'

தனக்கு நடந்தது திருமணம் என்பதுகூடப் புரியாத சின்னஞ்சிறு வயதில் கணவனின் முகத்தைக்கூட அறிந்திராத நிலையில் சுபலட்சுமி கைம்பெண் ஆனார். பருவமடையாத வயதிலேயே கணவனை இழந்து குடும்பத்தினராலும் சமூகத்தாலும் புறக்கணிக்கப்படும் ஆயிரக்கணக்கான பெண்களின் தலையெழுத்தை மாற்ற சுபலட்சுமி நினைத்தார். கைம்பெண்களின் விதி இதுதான் எனச் சமூகம் கற்பித்து வைத்திருந்த மூடத்தனங்களை மீறி, கல்வி பயின்று, கைம்பெண்களுக்காக அவர் தொடங்கிய 'சாரதா இல்லம்' பின்னாளில் சாரதா வித்யாலயா என்கிற பள்ளியாகப் பரிணமித்தது.

குழந்தைத் திருமணங்களால் தானே இளவயதுக் கைம்பெண்கள் அதிகரிக்கிறார்கள்? அதனால் குழந்தைத் திருமண ஒழிப்பில் முனைப்புடன் செயல்பட்டார். குழந்தைத் திருமணங்களைத் தடை செய்யும் 'சாரதா சட்டம்' சுபலட்சுமியின் அயராத உழைப்பின்றிச் சாத்தியப்பட்டிருக்காது. காந்தியின் கொள்கைகளால் ஈர்க்கப்பட்டு அரசியல் செயல்பாடுகளிலும் சுபலட்சுமி ஈடுபட்டார். அவர் பயிற்றுவித்த பிரசிடென்சி பள்ளியில் இறைவணக்கத்தின் போது ஐரோப்பிய தேசபக்திப் பாடல்களும் அவர்கள் பாணியிலான விளையாட்டுப் பயிற்சிகளும் நடைபெற்றன.

அதற்கு மாற்றாக வரிகளை மாற்றிப் போட்டு பாடியதுடன் கும்மி, கோலாட்டம் எனத் தமிழகப் பண்பாட்டுக் கலைகளை மாணவி களுக்குப் பயிற்றுவித்தார்.

கல்வியாளராகவும் சமூகச் சீர்திருத்தவாதியாகவும் மிளிர்ந்த சுபலட்சுமி, ஆயிரக்கணக்கான பெண்களுக்குக் கலங்கரை விளக்கமாகத் திகழ்ந்தார். கிறிஸ்தவக் கன்னியாஸ்திரிகள் அழைக்கப்படுவது போல் 'சிஸ்டர்' எனவும் 'சகோதரி' எனவும் ஏன் அவர் அழைக்கப்பட்டார்? பிரசிடென்சி பள்ளியில் ஆசிரியராக இருந்தபோது அங்கிருந்த மாணவியர் சுபலட்சுமியை, 'சிஸ்டர்' என அன்புடன் அழைத்தார்கள். வீட்டில் தன் தங்கைகளுக்குத் தான் அக்காதானே என்பதால் அதை மகிழ்வோடு ஏற்றுக்கொண்டார். சாரதா இல்லத்தில் இருந்தவர்களும் 'சிஸ்டர்' என்றே அழைக்க, 'சிஸ்டர்' என்பது சுபலட்சுமிக்கு நிரந்தர அடைமொழியானது. தான் வாழ்ந்த காலத்தில் பெரும் சமூக மறுமலர்ச்சியை ஏற்படுத்தியவர், 'நான் அப்படியென்ன பெரிதாகச் சாதித்துவிட்டேன்? எனத் தன்னைப் பேட்டி காண வந்த பிரிட்டன் எழுத்தாளர் மோனிகா ஃபெல்டனிடம் கேட்டார். பிறருக்காக வாழ்பவர்கள் ஒருபோதும் தங்களை முன்னிறுத்திக் கொண்டதில்லை!

மிரபல் சகோதரிகள்

சுபலட்சுமி தென்னிந்தியாவின் சிஸ்டராக அறியப்படுவதைப் போலவே டொமினிகன் குடியரசிலும் மூன்று சகோதரிகள் இருந்தனர். போராட்டக் குணம் நிறைந்த அந்த 'வண்ணத்துப்பூச்சிகள்', 'மிரபல் சகோதரிகள்' எனக் கொண்டாடப்பட்டனர். டொமினிக் குடியரசின் எளிய குடும்பத்தைச் சேர்ந்த அந்தச் சகோதரிகளில் ஒருவரான மினர்வா மிரபல், பள்ளிப் படிப்பை முடித்து விட்டுக் கல்லூரியில் சேர்கிறார். கல்லூரி வாழ்க்கை அவருக்கு அரசியல் புரிதலை ஏற்படுத்தியது. தன்னைச் சுற்றி நடப்பவற்றை அறிவின் கண்கொண்டு நோக்கினார். ராணுவத் தளபதியாக இருந்து தங்கள் நாட்டு அதிகாரத்தைக் கைப்பற்றியிருந்த ர.ஃபேல் ட்ருஹியோவின் கொடுங்கோன்மை குறித்த புரிதலும் மினர்வாவுக்கு ஏற்பட்டது. நாட்டை முன்னேற்றப் பாதையிலும் நவீனத்தின் திசையிலும் அழைத்துச் செல்வதாகக் கூறிக்கொண்டு ட்ருஹியோ

அமல்படுத்தியவற்றுக்கு அந்நாட்டு மக்கள் மிகப்பெரிய விலையைக் கொடுத்தனர். ட்ருஹியோவின் கொடுங்கோன்மை ஆட்சி குறித்துக் கேள்வி கேட்டவர்கள் அடையாளம் தெரியாமல் அழிக்கப்பட்டனர். நாட்டின் பெரும்பான்மைப் பொருளாதாரம் அதிபர் ட்ருஹியோவின் குடும்பத்தினருக்கும் அவரது துதிபாடிகளுக்குமே மடைமாற்றம் செய்யப்பட்டது. குடிமக்களின் அடிப்படை உரிமைகளும் அரசியல் உரிமைகளும் மறுக்கப்பட்டன. 'டொமினிகன் கட்சி' மட்டுமே அப்போது அனுமதிக்கப்பட்ட கட்சியாக இருந்தது.

எல்லா நாடுகளிலும் அரசியல் அதிகாரத்தைக் கைப்பற்றும் கொடுங்கோலர்கள் கட்டவிழ்த்துவிடும் வன்முறையைத்தான் ட்ருஹியோவின் அடியாள்களும் அங்கே நிகழ்த்தினர். 'ம்' என்றால் சிறைவாசம், 'ஏன்' என்றால் மரணத் தண்டனை என்று கேள்வி கேட்க ஆளே இல்லாமல் அழித்தனர். ஏராளமான பெண்கள் வல்லுறவுக்கு ஆளாக்கப்பட்டுக் கொல்லப்பட்டனர். டொமினிக்கன் எல்லையில் வசித்த 20 ஆயிரத்துக்கும் மேற்பட்ட ஹைதி நாட்டு மக்களை ட்ருஹியோவின் படையினர் கொன்றழித்தனர். தாங்க முடியாத அழுத்தத்தால் அதிபருக்கு எதிரான புரட்சிகரக் குழுக்கள் ஆங்காங்கே தோன்றின. அவற்றில் பெரும்பாலும் ஆண்களே அங்கம் வகித்தனர். அரசியல் தெளிவு பெற்ற மினர்வாவும் அதுபோன்றதொரு குழுவில் தன்னை இணைத்துக் கொண்டார். எதேச்சதிகாரத்தை வேரறுப்பதற்கான மினர்வாவின் பயணம் அங்கிருந்துதான் தொடங்கியது.

34

கல்லறையில் இருந்தாலும் என் கரங்களை உயர்த்துவேன்!

வறுமையில் உழன்று அன்றாட வாழ்க்கையை நடத்தவே போராட வேண்டிய குடும்பத்தைச் சேர்ந்தவர் அல்ல மினர்வா மிரபல். அவருக்கும் அவருடைய சகோதரிகளுக்கும் கல்லூரிக் கல்வி எளிதாக வாய்த்தது. கண் நிறைந்த கணவன், குழந்தைகள் என மழையை ரசித்தபடி தேநீர் பருகும் அளவுக்குச் சித்திரம் போன்ற வாழ்க்கை. ஆனால், எது அவர்களைப் போராட்டத்தின் பக்கம் திருப்பியது? அமெரிக்காவுக்கு அருகே உள்ள கரீபியத் தீவு நாடு டொமினிகன். அதன் கொடுங்கோல் அதிபர் ரஃபேல் ட்ருஹியோவின் எதேச்சதிகாரமும் ஒடுக்குமுறையும்தான் அவர்களுக்குள் கனன்று கொண்டிருந்த போராட்டக் கங்குகளைப் பற்றி எரிய வைத்தன.

முதலில் மினர்வா மட்டும்தான் அதிபருக்குஎதிரான போராட்ட அமைப்பில் இணைந்தார். அதற்கும் காரணம் இருக்கிறது. மினர்வா அப்போது சட்டக் கல்லூரியில் படித்துக் கொண்டிருந்தார். கிராமத்துப் பெண்களை, குறிப்பாகச் சிறுமிகளைத் தனக்காக அழைத்து வரவும் மறுத்தால் கடத்திக்கொண்டு வரவும் 'பியூட்டி ஸ்கவுட்ஸ்' எனப்படும் ஏவல் படையை ட்ருஹியோ வைத்திருந்தார்.

▲ 'In the time of Butterfiles' திரைப்படத்தில்

ஆணவத்துக்குக் கிடைத்த அறை

சட்டக் கல்லூரி மாணவியான மினர்வாவின் குடும்பத்தினரைக் கட்டாயப்படுத்தித் தனி விருந்து ஒன்றுக்கு ட்ருஹியோ அழைத்தார். தன்னைத்தான் அவர் குறிவைத்திருக்கிறார் என்பது மினர்வாவுக்குப் புரிந்துவிட்டது. அதிபரின் வேண்டுகோளை மறுத்தார். அதிபரோ மினர்வாவைக் கட்டாயப்படுத்தினார். ஆயிரக்கணக்கில் மக்களைக் கொன்று குவிக்கும் கொடுங்கோல் அதிபரை எதிர்த்து நின்றால் என்னவாகுமோ என மினர்வா மிரளவில்லை. அச்சமும் தயக்கமும் இன்றி அதிபரின் கன்னத்தில் ஓங்கி அறைந்தார். சுற்றியிருந்த அனைவரும் ஸ்தம்பித்து நிற்க, தன் குடும்பத்தாரை அழைத்துக்கொண்டு வெளியேறினார்.

ஊரையே அடித்து உலையில் போடுகிறவர், சிறு பெண்ணால் தனக்கு ஏற்பட்ட அவமானத்தைப் பொறுத்துக்கொள்வாரா? மினர்வாவின் தந்தை கைதுசெய்யப்பட்டார். மிகக் கொடூரமான சித்ரவதைகளுக்கு ஆளாக்கப்பட்டுக் குற்றுயிரும் குலையுயிருமாக விடுவிக்கப்பட்டார். சில நாள்களிலேயே இறந்தும் போனார். ஒரு முறை மினர்வாவும் அவருடைய அம்மாவும் அருகில் இருந்த நகரத்துக்குச் சென்றிருந்தபோது அவர்களை அங்கிருந்த விடுதியில் ட்ருஹியோ சிறைவைத்தார். தனது ஆசைக்கு இணங்கினால் விடுதலை என நிபந்தனையும் விதித்தார். அதை ஏற்க மறுத்த மினர்வா, அங்கிருந்து அம்மாவுடன் தப்பித்து வெளியேறினார்.

மறுக்கப்பட்ட அங்கீகாரம்

அதிபரை நேரடியாக எதிர்த்த மினர்வாவுக்கு எல்லா இடங்களிலும் முட்டுக்கட்டைகள் போடப்பட்டன. சட்டக் கல்லூரியில் இரண்டாம்

ஆண்டு பயில அவருக்குத் தடை விதிக்கப்பட்டது. தன்னைக் கன்னத்தில் அறைந்த மினர்வாவைத் தன்னைப் புகழ்ந்து பேசச் சொல்லி நிர்பந்தித்தார். அப்போதுதான் படிப்பைத் தொடர முடியும் என்கிற நிலை. வேறு வழியின்றி மினர்வா அதைச் செய்தார். அந்த நாட்டில் சட்டத் துறையில் பட்டம் பெற்ற முதல் பெண் என்கிற பெருமை கிடைத்தபோதும் அதனால் எந்தப் பயனும் இல்லாமல் போனது. வழக்காடுவதற்கான அரசு அங்கீகாரம் அவருக்கு மறுக்கப்பட்டது.

தன்னைச் சுற்றியிருந்தவர்களால் 'ஆடு' என்று அழைக்கப்பட்ட ட்ருஹியோவின் அடக்குமுறை நாளுக்கு நாள் அதிகரித்துக்கொண்டே போனது. ஆட்சி அதிகாரத்தாலும் ஆணவத்தாலும் தன் நாட்டு மக்களையே வேட்டையாடினார். தன் மீதும் தன் குடும்பத்தினர் மீதும் நிகழ்த்தப்பட்ட அடக்குமுறைகள் மினர்வாவைக் கொதித்தெழ வைத்தன. இதற்கு ஒரு முற்றுப்புள்ளி வைக்க வேண்டும் என்பதற்காக ட்ருஹியோவுக்கு எதிரான கிளர்ச்சி அமைப்பு ஒன்றில் இணைந்தார். மினர்வாவைப் பார்த்து அவருடைய சகோதரிகள் பாட்ரியா, மரிய தெரசா இருவரும் அரசியல் செயல்பாடுகளில் ஈடுபட்டனர். இவர்கள் மூவரும் 'மிரபல் சகோதரிகள்' என அறியப்பட்டனர். இவர்களுடைய கணவர்களும் புரட்சிகர அமைப்புகளுடன் இணைந்து கொடுங்கோலாட்சிக்கு எதிராகச் செயல்பட்டனர்.

அதிபரின் சதி

ட்ருஹியோவால் நாடுகடத்தப்பட்டவர்களை வைத்து மினர்வா குடும்பத்தினர் ஒரு திட்டத்தைச் செயல்படுத்த நினைத்தனர். அது தோல்வியடைந்தது. அப்போது கொடுங்கோலாட்சி அதன் வன்முறையின் உச்சத்தில் இருந்தது. எங்கெல்லாம் பன்மைத்துவம் அழிந்து ஒற்றைக்குரல் மேலோங்குகிறதோ அங்கெல்லாம் நாட்டு மக்கள் ஒடுக்கப்படுவார்கள் என்பதற்கான சாட்சியாக மிரபல் சகோதரிகளின் குடும்பம் சூறையாடப்பட்டது. அதிபரின் உத்தரவின் பேரில் பலர் காரணம் ஏதுமின்றிக் கைது செய்யப்பட்டுக் கொல்லப்பட்டனர். அப்படிக் கொல்லப்பட்டவர்களின் பட்டியலை அச்சடித்து அதை மக்கள் மத்தியில் இந்தச் சகோதரிகளும் அவர்களது கணவர்களும் விநியோகித்தனர். அது ட்ருஹியோவின் கோபத்தைத் தூண்டியது. மிரபல் சகோதரிகள் மூவருடன் அவர்களது கணவர்களையும் கைது செய்து சிறையில் அடைத்தார். ட்ருஹியோவின் கொடுங்கோலாட்சிக்கு எதிராக உலகம் முழுவதும் இருந்து கண்டனங்கள் எழுந்த நிலையில் வேறு வழியின்றி பாட்ரியா, மினர்வா, மரிய தெரசா ஆகிய மூவர் மட்டும் விடுவிக்கப்பட்டனர்.

▲ மிரபல் சகோதரிகள்

தனது வீழ்ச்சிக்குத் தான் கட்டவிழ்த்துவிட்ட வன்முறைகளே காரணம் என்பதைக்கூட உணர முடியாத அதிகார மமதையில் ட்ருஹியோ இருந்தார். அவரது கோபம் முழுவதும் மிரபல் சகோதரிகள் மீது திரும்பியது. அவர்களைக் கொல்ல முடிவெடுத்தார். மிரபல் சகோதரிகளின் கணவர்களைத் தொலைதூரச் சிறைக்கு மாற்றினார். கடினமான மலைப்பகுதியைக் கடந்துதான் அங்கே செல்ல வேண்டும். அதிபரின் திட்டத்தைப் புரிந்துகொண்டதால் தங்கள் கணவரைப் பார்க்கச் சிறைக்குப் புறப்பட்ட மிரபல் சகோதரிகளை அவர்களது நண்பர்களும் உறவினர்களும் தடுத்தனர். அஞ்சிக்கொண்டே இருந்தால் அந்த வாழ்க்கைக்குப் பொருளேது என நினைத்த சகோதரிகள் துணிவோடு புறப்பட்டனர். சிறையில் இருந்து திரும்பும் வழியில் 1960 நவம்பர் 25 அன்று ட்ருஹியோவின் காவல் படையினர் மிரபல் சகோதரிகளை அடித்துக் கொன்றனர்.

வன்முறைக்கு எதிரான குரல்

மூவரது சடலங்களும் அவர்களுக்குச் சொந்தமான வாகனத்தில் திணிக்கப்பட்டு அது விபத்து போலச் சித்தரிக்கப் பட்டது. இந்த மூன்று சகோதரிகளின் மரணம் நாட்டையே உலுக்கியது. ட்ருஹியோவின் ஆட்சிக்கு எதிரான கிளர்ச்சிகள் வலுத்தன. அடுத்த ஆறு மாதங்களில் தனது முன்னாள் ராணுவ நண்பர்களால் அவர் கொல்லப்பட்டார்.

அரச அதிகாரத்தால் கொல்லப்பட்ட மூன்று பெண்களும் ஜனநாயக உரிமையின், பெண்ணுரிமையின் அடையாளமாக மாறினர். இவர்களை மக்கள் ‘வண்ணத்துப்பூச்சிகள்’ என அன்போடு அழைத்தனர். இந்த வண்ணத்துப் பூச்சிகளின் மற்றுமொரு சகோதரியான டீடி, தன் சகோதரிகளின் வீரம் விளைந்த வரலாற்றைப் பரப்பியதோடு, அவர்கள் கண்ட கனவை முன்னெடுத்துச் செல்லும் பணியையும் செய்தார்.

போர்க்குணம் மிக்க இந்தச் சகோதரிகளின் கதையை ‘*In the time*

of Butterfiles' என்கிற தலைப்பில் 1994இல் வரலாற்றுப் புனைவாக எழுதினார் ஆங்கில எழுத்தாளர் ஜூலியா ஆல்வரெஸ். இதே பெயரில் இதைப் படமாக இயக்கினார் ஸ்பானிய இயக்குநர் மரியானோ பராஸோ.

மிரபல் சகோதரிகள் கொல்லப்பட்ட நாளான நவம்பர் 25ஆம் தேதியைப் பெண்களுக்கு எதிரான வன்முறை ஒழிப்பு நாளாக 1999இல் ஐ.நா. அறிவித்தது. அடக்குமுறைகளைச் சகித்துக்கொண்டு வாழக் கூடாது; அவற்றுக்கு எதிராகக் குரல்கொடுக்க வேண்டும் என்கிற செய்தியை இந்தத் தலைமுறைப் பெண்களுக்கு இவர்கள் விட்டுச் சென்றிருக்கிறார்கள். குடும்பங்களிலும் பொதுவெளியிலும் பெண்கள் மீது ஏவப்படும் வன்முறைகளுக்கு எதிராக நாம் குரல்கொடுக்க வேண்டும் என்பதால்தான் அவர்கள் கொல்லப்பட்ட நாள் பெண்கள் மீதான வன்முறைக்கு எதிரான நாளாகக் கடைபிடிக்கப்படுகிறது.

தான் கொல்லப்படுவோம் என்பதை அறிந்த மினர்வா மிரபல் சொன்ன வார்த்தைகள் இவை: “என்னைக் கொன்று புதைத்தாலும் அந்தக் கல்லறையில் இருந்தும் என் கரங்கள் உயரும். அப்போதும் இதே பலத்துடன் நான் இருப்பேன்.”

35

இது வெறும் 'விளையாட்டு' அல்ல

நவீன ஒலிம்பிக் போட்டிகள் தொடங்கி நூறாண்டுகள் கழித்துத்தான் அதில் பாலினச் சமத்துவத்தை அடைந்திருக்கிறோம். அதுவும்கூடத் தன்னியல்பாக, நாடுகளின்முற்போக்குச் சிந்தனையால் நடைபெற்று விடவில்லை. போட்டிப் பங்கேற்பில் பெண்களின் எண்ணிக்கையை உயர்த்துவதற்காகச் சர்வதேச ஒலிம்பிக் சங்கம் பல்வேறு விதிமுறைகளை உருவாக்கிய பிறகே பாலினச் சமத்துவத்தை எட்டிப் பிடிக்க முடிந்தது. விளையாட்டுகளில் வெளிப்படையாகச் செயல்படுத்தப்படும் பாலினப் பாகுபாட்டைக் களைவதற்காகக் காலந்தோறும் உரிமைக் குரல்கள் ஒலித்தவண்ணம் இருக்கின்றன. அப்படிக் குரல் எழுப்பியவர்களில் தனித்துவமானவர் பில்லி ஜீன் கிங்.

அமெரிக்க டென்னிஸ் வீராங்கனையான பில்லி ஜீன் 1943இல் பிறந்தவர். தீயணைப்பு வீரரான இவருடைய தந்தை கூடைப்பந்து வீரராக இருந்தவர். தாய், நீச்சல் வீராங்கனை. பில்லி ஜீனின் தம்பி பேஸ்பால் வீரர். பில்லி ஜீன் சிறு வயதில் கூடைப்பந்து விளையாட்டைத்தான் தேர்ந்தெடுத்தார். பத்து வயதானபோது எதை விளையாடுவது தனக்குச் சிறந்ததாக இருக்கும் எனத் தந்தையிடம் கேட்டார். தந்தையின் வழிகாட்டுதலில் அன்றைக்குத் தொடங்கியது பில்லி ஜீனின் டென்னிஸ் பயணம்.

பரிசுத் தொகையில் ஏன் பாகுபாடு?

டென்னிஸ் விளையாடத் தொடங்கிய சில நாள்களிலேயே 'உலகின் முதல் தர வீராங்கனையாக உயர்வேன்' எனத் தன் தாயிடம் பில்லி ஜீன் சொன்னார். அடுத்த சில ஆண்டுகளிலேயே அதை மெய்ப்பித்தார். 1961இல் விம்பிள்டன் இரட்டையர் போட்டியில் வெற்றிபெற்று உலகின் கவனத்தை ஈர்த்தார். 1966, 1967, 1968 என அடுத்தடுத்த ஆண்டுகளில் விம்பிள்டன் பட்டத்தை வென்றார். 1961- 1979 வரை 20 விம்பிள்டன் பட்டங்களை வென்றார். டென்னிஸ் விளையாட்டில் ஆண்களுக்கும் பெண்களுக்கும் வெவ்வேறு தரத்தில் பயிற்சியும் போட்டிகளும் இருப்பதைச் சிறுமியாக பில்லி ஜீன் கண்டுகொண்டார். வளர்ந்த பிறகு பரிசுத் தொகையில் காட்டப்படும் பாகுபாட்டை எதிர்த்தார். இது குறித்து போட்டி நடத்தும் அமைப்புகளிடம் வாதாடினார். அதற்குப் பலன் கிடைத்தது. 1971இல் 1,00,000 அமெரிக்க டாலர்கள் பரிசாகப் பெற்ற முதல் வீராங்கனை என்கிற பெருமையைப் பெற்றார். 1973இல் பெண்களுக்கான டென்னிஸ் அசோசியேஷனைத் தொடங்கினார். சம பரிசுத் தொகை வழங்கிய முதல் போட்டியாக யு.எஸ். ஓபன் டென்னிஸ் போட்டிகள் மாறியதில் பில்லி ஜீனுக்கு முக்கியப் பங்கு உண்டு.

சவாலே சமாளி

அது 1973ஆம் ஆண்டு. 1930களில் தொடங்கி 20 ஆண்டுகள் டென்னிஸ் விளையாட்டில் கோலோச்சிய பாபி ரிக்ஸுக்கு அப்போது 55 வயது. விளையாட்டில் இருந்து ஓய்வு பெற்றுவிட்டார். டென்னில் ஜாம்பவானான பாபி ரிக்ஸ், தன்னை ஆணாதிக்கவாதி என்று பகிரங்கமாக அறிவித்துக்கொள்ளும் அளவுக்குப் பெண் வெறுப்பில் ஊறிக் கிடந்தார். பெண்கள் குறித்த மலினமான பிற்போக்குக் கருத்தை அவர் கொண்டிருந்தார். 'பெண்கள் டென்னிஸ் விளையாடுவது ஆண்களோடு ஒப்பிடுகையில் தரம் குறைந்தது. தற்போது முன்னிலையில் இருக்கும் வீராங்கனையை இந்த வயதில்கூட என்னால் மிக எளிதாகத் தோற்கடித்துவிட முடியும்' எனச் சவால் விட்டார். அவரது சவாலை ஏற்று மார்கரெட் என்பவர் அவருடன் டென்னிஸ் விளையாடித் தோற்றார். பாபி ரிக்ஸின் ஆணவப் பேச்சை பில்லி ஜீன் கிங் முதலில் கண்டுகொள்ளவில்லை. மார்கரெட் தோல்வியுற்றபோதுதான் அந்தச் சவாலை எதிர்கொண்டே தீருவது என முடிவெடுத்தார்.

பெண்களை ஒடுக்கும்விதமாகவும் சிறுமைப்படுத்தும்விதமாகவும் ஆதிக்கக் குரல் ஒலிக்கும்போது எதிர்வினையாற்றுவது அவசியம் என்பதை பில்லி ஜீன் கிங் உணர்ந்தார். அந்தப் போட்டியில் வெற்றிபெறுவதன் மூலம்

உலகத்தின் கவனத்தைப் பாலினச் சமத்துவத்தின் பக்கம் திருப்பலாம் என அவர் நினைத்தார். தனது வெற்றி, பெண்கள் விளையாடுவது குறித்த பாபி ரிக்ஸின் கருத்து எவ்வித அடிப்படை ஆதாரமும் அற்ற புரட்டு வாதம் என்பதை நிரூபிக்கும் என்பதில் உறுதியாக இருந்தார். 'இந்தப் போட்டியை நான் மிகத் தீவிரமாக எதிர்கொள்கிறேன். அதில் வெற்றிபெற விரும்புகிறேன். வெற்றி பெறுவது குறித்த பொறுப்பையும் அழுத்தத்தையும் வரவேற்கிறேன். பாபி அதற்குத் தயாராக இருக்கட்டும்' என அந்தப் போட்டி குறித்துச் சொன்னார் பில்லி ஜீன்.

பெண்களின் தன்மானம் வென்றது

முன்னாள் டென்னிஸ் சாம்பியனான ஆணும் இந்நாள் சாம்பியனான பெண்ணும் மோதும் விளையாட்டை ஊடகங்கள் போட்டி போட்டுக்கொண்டு எழுதின. விளையாட்டுப் போட்டியை நடத்திய நிறுவனங்கள் அந்தப் போட்டியை 'பாலினங்களின் போர்' (Battle of the sexes - இதே தலைப்பில் 2017இல் ஹாலிவுட் படம் வெளியானது) எனக் குறிப்பிட்டன. 1973 செப்டம்பர் 20ஆம் தேதியன்று நடைபெற்ற அந்தப் போட்டியை உலகம் முழுவதும் 9 கோடி பேர் பார்க்கும் வகையில் நேரடியாக ஒளிபரப்புவதற்கான ஏற்பாடுகளைச் செய்தன. பில்லியும் பாபியும் விளையாடிய அந்தப் போட்டிதான், இதுவரை நடைபெற்ற விளையாட்டுப் போட்டிகளில் மிக அதிக எண்ணிக்கையில் ரசிகர்களால் பார்க்கப்பட்ட ஒரே போட்டி.

6-4, 6-3,6-3 என்கிற விகிதத்தில் பாபியைத் தோற்கடித்து பில்லி ஜீன் வாகை சூடினார். ஒரு லட்சம் அமெரிக்க டாலர்களைப் பரிசாகப் பெற்றார். அந்தப் போட்டியில் பாபியைத் தோற்கடிப்பது மட்டுமே தன் நோக்கமல்ல என்று குறிப்பிடும் பில்லி, "நான் தோற்றுவிட்டால் பெண்களை 50 ஆண்டுகள் பின்னோக்கித் தள்ளியது போல் ஆகிவிடும். அனைத்துப் பெண்களின் தன்மானத்தை அது எள்ளி நகையாடும். பெண்களுக்கான டென்னிஸ் போட்டிகள் ரத்து செய்யப்படக்கூடும். 55 வயது ஆணைத் தோற்கடிப்பது பெரிய விஷயமல்ல. உலகம் முழுவதும் இருக்கும் மக்களுக்கு டென்னிஸ் விளையாட்டு குறித்து நான் தெரியப் படுத்துவதுதான் எனக்குப் பெரிய விஷயமாகப் பட்டது" என்று வெற்றிக்குப் பிந்தைய நேர்காணலில் தெரிவித்திருந்தார்.

விளையாட்டுப் போட்டிகளில் பெண்கள் அதிக அளவில் பங்கேற்கவும் பெண் பயிற்சியாளர்களை உருவாக்கவும் பல்வேறு அமைப்புகளை பில்லி ஜீன் உருவாக்கினார். விளையாட்டு உலகில் பாலினச் சமத்துவத்துக்கான புதிய வரலாற்றை எழுதிய பில்லி ஜீன் தற்போது பாரிஸில் நடைபெற்றுவரும் ஒலிம்பிக்கில் இளம் வீரர்களை உற்சாகப்படுத்தும்விதமாகப் பேசிவருகிறார். 80 வயதிலும் குன்றாத உற்சாகமும் போராட்டக் குணமுமாக அவர் வலம்வருவதே முக்கியமான அரசியல் செயல்பாடுதான்!

36

இருண்ட காலத்தின் மீட்சிப் பாடல்

உரிமைகள் மறுக்கப்பட்டு மனிதர்களில் ஒரு பிரிவினர் நிறத்தின் அடிப்படையில் ஒடுக்கப்படும்போது காதல் காவியங்களையும் புனைவுகளையும் படைத்துக் கொண்டிருப்பவர் கலைஞர் அல்ல; சமகாலத்தைப் பிரதிபலிப்பதுதான் ஒரு கலைஞரின் கடமை என்பது நீனா சிமோனின் நிலைப்பாடு. கலையைப் போராட்டக் கருவியாகப் பயன்படுத்தி மக்கள் மனங்களில் விடுதலை உணர்வை விதைத்தவர் அவர்.

இருபதாம் நூற்றாண்டின் இணை யற்ற கலைஞரான நீனா சிமோன், வடக்கு கரோலினாவில் 1933ஆம் ஆண்டு நடுத்தரக் குடும்பத்தில் பிறந்தார். பெற்றோர் அவருக்கு வைத்த பெயர் யூனிஸ் கேத்லீன் வேமன். எட்டுக் குழந்தைகள் கொண்ட குடும்பத்தின் ஆறாவது குழந்தை அவர். யாரும் கற்றுத் தராமலேயே மூன்று வயதில் பியானோ இசைத்த யூனிஸைப் பார்த்து குடும்பமே வியந்தது. 12 வயதில் தேவாலயத்தில் தனியாக பியானோ வாசிக்கும் அளவுக்கு யூனிஸ் உயர்ந்தார். அந்த முதல் இசை நிகழ்ச்சிதான் அவரது வாழ்க்கையின் திசையை மாற்றியது. தேவாலயத்தில் யூனிஸ் வாசிப்பதை அவருடைய பெற்றோர் முதல் வரிசையில் அமர்ந்து கேட்டனர். அப்போது வெள்ளையினத்தவருக்காக

இருக்கையை விட்டுத்தரும்படி யூனிஸின் பெற்றோரைக் கேட்டனர். அதைப் பார்த்ததும் யூனிஸ் கொதித்து விட்டார். பின் இருக்கையில் அமர வைக்கப்பட்ட தன் பெற்றோர் மீண்டும் முதல் வரிசைக்கு வரும்வரை தான் இசைக்கப்போவதில்லை என்பதில் அந்தச் சிறுமி உறுதியாக நின்றார். இறுதியில் அவரது உறுதியே வென்றது!

பாடகர் உதயமானார்

முதல் ஆப்ரிக்க அமெரிக்க செவ்வியல் கலைஞர் என்னும் வரலாற்றைப் படைக்கும் நோக்கத்துடன் ஃபிலடெல்பியாவில் உள்ள கர்டிஸ் இசைப்பள்ளிக்கு விண்ணப்பித்தார். எந்தவொரு காரணமும் சொல்லப்படாமல் அவரது விண்ணப்பம் நிராகரிக்கப்பட்டது. தான் கறுப்பினப் பெண் என்பதுதான் நிராகரிப்புக்குக் காரணம் என்பது யூனிஸுக்குப் புரியாமல் இல்லை. அந்த இசைப்பள்ளியின் ஆசிரியரிடம் தனியாகப் பயிற்சி பெற்றார். மாணவர்களுக்குத் தான் இசைப் பயிற்சி அளித்ததன் மூலம் ஆசிரியருக்குப் பணம் கொடுத்தார். அந்த வருமானமும் போதாத நிலையில் 1954இல் நியூஜெர்ஸியில் இருந்த கேளிக்கை விடுதியில் பியானோ இசைக்கச் சென்றார். அங்கே பியானோ இசைப்பதுடன் பாடுவதற்கும்தான் சம்பளம் எனச் சொல்லப்பட்டது. அதுதான் யூனிஸ் கேத்லின் வேமன் எனும் பியானோ கலைஞர், நீனா சிமோன் என்னும் மகத் தான புரட்சிப் பாடகராக உருவெடுக்க காரணமாகவும் அமைந்தது.

தான் கேளிக்கை விடுதியில் பாடுவது தனது பெற்றோருக்குக் களங்கத்தை ஏற்படுத்தித்தருமோ என்கிற எண்ணத்தில் ‘சிறு பெண்’ என்னும் பொருளுடைய ‘நீனா’ என்கிற ஸ்பானிய பெயரையும் தனக்குப் பிடித்த நடிகை சிமோனின் பெயரையும் இணைத்து ‘நீனா சிமோன்’ எனப் பெயர் சூட்டிக்கொண்டார்.

பாடித்தான் ஆக வேண்டும் என நிர்பந்திக்கப்பட்டபோது எதைப் பாட வேண்டும் என்பதை நீனா சிமோன் முடிவுசெய்தார். அவரே பாட்டெழுதி, இசையமைத்து, பியானோ வாசித்தார். கேளிக்கை விடுதியில் புரட்சிக்கான பாடலை அவர் இசைத்தார். தங்கள் மக்களின் பாடுகளைக் கதைப் பாடல்களாகச் சொன்னார். எவ்வித அலங்காரமும் இல்லாத அவரது கணீர் குரல் மக்களை வசியப்படுத்தியது. நாட்டுப்புறப்பாடல்களையும் சிறார் பாடல்களையும் செவ்வியல் தன்மையோடு பாடிய நீனாவின் பாணி பலரையும் திரும்பிப் பார்க்க வைத்தது. வெள்ளையின இளைஞர் கள் கேளிக்கைப் பாடல்களில் மூழ்கி யிருந்தபோது கறுப்பின மக்களின் உரிமைக்காகவும் விடுதலைக்காவும் ஒலித்த நீனா சிமோனின் குரல்

கறுப்பின இளைஞர்கள் மத்தியில் விடுதலை உணர்வைத் தூண்டியது. 1950களின் இறுதியில் அவர் பாடிய ஒரே ஒரு பாடல் (*I Loves You, Porgy*) அமெரிக்காவின் தவிர்க்க முடியாத இசைக் கலைஞராக அவரை அரியணையேற்றியது.

தடையை மீறி ஒலித்த பாடல்

அதுவரை போராட்டப் பாடல்கள் மீது பெரிய நம்பிக்கையில்லாத நீனாவை இரண்டு சம்பவங்கள் அசைத்துப் பார்த்தன. அலபாமா தேவாலயத்தில் 1963இல் நிகழ்த்தப்பட்ட குண்டுவெடிப்புச் சம்பவத்தில் நான்கு ஆப்ரிக்க அமெரிக்கச் சிறுமிகள் படுகொலை செய்யப்பட்ட கொடூரம், நீனா சிமோனை முழுநேர அரசியல் செயல்பாட்டாளராக்கியது. கறுப்பின உரிமைப் போராளி யான மெட்கர் எவர் அதே ஆண்டு கொல்லப்பட்டதும் நீனாவைக் கொந்தளிக்க வைத்தது. நிறவெறியால் நிகழ்த்தப்பட்ட இந்தப் படுகொலைகளைக் கண்டித்து 1964இல் 'மிசிசிபி காட்டேம்' (*Mississippi Goddamn*) பாடலைப் பாடினார். ஒரு மணிநேரத்தில் எழுதி முடிக்கப்பட்ட அந்தப் பாடல் மனித உரிமைப் போராட்டங்களின் பிரச்சாரப் பாடலானது. நிறவெறிக்கு எதிரான அந்தப் பாடல் அமெரிக்காவின் தெற்கு மாகாணங்கள் பலவற்றில் தடைசெய்யப்பட்டது. ஆனால், நீனா ஏற்றிவைத்த உரிமைப் போராட்டச் சுடர் அதன் பிறகே கொழுந்துவிட்டுச் சுடர்ந்தது. "கறுப்பினத்தில் பிறந்ததைத் தவிர அந்தப் பெண்கள் என்ன தவறு செய்தார்கள்? தன் மக்களின் உரிமைகளுக்காக மெட்கர் போராடியது குற்றமா? அவர்கள் ஏன் கொல்லப்பட வேண்டும்?

அந்தக் கோபம்தான் மிசிசிபி காட்டேம் பாடலை எழுதத் தூண்டியது." என்று தன் சுயசரிதையில் (I put a spell on you) சொல்லியிருக்கிறார் நீனா.

அதன் பிறகு அவர் எழுதிய 'ஃபோர் விமன்' (Four Women), 'ஸ்ட்ரேஞ்ச் ஃப்ரூட்' (Strange Fruit), 'டு பி யங், கிஃப்டட் அண்ட் பிளாக்' (To be Young, Gifted and Black) போன்ற பாடல்கள் கறுப்பின மக்களின் விடுதலையை வலியுறுத்தின. ஒத்துழையாமைப் போராட்டத்திலும் அகிம்சைவழிப் போராட்டத்திலும் நீனாவுக்கு நம்பிக்கை இல்லை. மறுக்கப்படுகிற உரிமைகளைப் போராடிப் பெற வேண்டும் என்பதில் உறுதியாக இருந்தார். மார்ட்டின் லூதர் கிங் ஜூனியர், மால்கம் எக்ஸ் போன்ற தலைவர்களோடு இணைந்து கறுப்பின மக்களின் உரிமைகளுக்கான போராட்டங்களில் பங்கெடுத்தார். சமத்துவமே சமூக விடுதலைக்கான பாதை என்பதை உரக்கச் சொன்ன பொதுவுடைமைவாதியாகவும் முற்போக்காளராகவும் நீனா திகழ்ந்தார்.

பெண்கள் பேச்சு

நீனா சிமோனின் தொடர்ச்சியான அரசியல் செயல்பாடுகள் வெள்ளை யினத்தவருக்குக் கோபமூட்டின. அதுவரை அவரது பாடல்களுக்கு மில்லியன் டாலர்களில் பணம் கொடுத்துவந்த நிறுவனங்கள் அவருக்கு வாய்ப்பளிக்க மறுத்தன. புரட்சியைக் கைவிட்டுப் பொழுது போக்குவதற்கான பாடல்களை அவர் இசைத்திருந்தால் பணத்தில் புரண்டிருக்கலாம். ஆனால், அந்தப் பயனற்ற வாழ்க்கையைப் புறக்கணித்துவிட்டுத் தன் மக்களின் உரிமைகளுக்கான பாடலைப் பாடுவதையே நீனா விரும்பினார். ஒருகட்டத்தில் அமெரிக்க அரசுக்கும் நீனாவுக்கும் மோதல்கள் வலுத்தபோது 1970இல் அமெரிக்காவை விட்டு வெளியேறினார்.

அழகுப் பதுமைகளாகவும் ஆண்களைக் கவர்வதே பெண்களின் வேலையாகவும் கற்பிக்கப்பட்டிருக்கும் மாயைகளில் இருந்து பெண்கள் விடுபட வேண்டும் என்றார் நீனா. பெண்கள் புறணி பேசியபடி பொழுதைக் கழிப்பார்கள் என்கிற பொதுப்புத்திக்குப் பதில் சொல்லும்விதமாக, “நாங்கள் ஆண்களைப் பற்றியும் அலங்கார உடைகளைப் பற்றியும் பேசுவதில்லை. நாங்கள் லெனினைப் பற்றியும் மார்க்ஸைப் பற்றியும் புரட்சியைப் பற்றியும் பேசுவோம். அதுதான் பெண்களின் பேச்சு” என்றார்.

என்னிடம் வாழ்க்கை இருக்கிறது

நீனாவின் தனிப்பட்ட வாழ்க்கையும் அவரது பொது வாழ்க்கைப் பயணத்துக் குத் துணைநிற்கவில்லை. முதல் திருமணம் சில மாதங்களிலேயே முறிந்துவிட, அவருடைய இரண்டா வது திருமணமும் உவப்பானதாக அமைய வில்லை. அவருடைய கணவரே அவரது இசை வாழ்க்கையின் நிர்வாகியாக இருந்தார். உடல், உள ரீதியான வன்முறைக்கு ஆளானபோதும் தன் பொதுவாழ்க்கைச் செயல்பாடுகளை நீனா நிறுத்தவில்லை. பின்னாளில் இருதுருவ மனநிலை, மார்பகப் புற்றுநோய் போன்றவற்றோடு போராடிக் கொண்டே விடுதலைப் பாடல்களை அவர் இசைத்தார். சாதியின் பெயராலும் மதத்தின் பெயராலும் நிறத்தின் பெயராலும் சக மனிதர்களை ஒடுக்கும் கீழ்த்தர எண்ணம் கொண்டவர்களிடம் சொல்ல நீனாவிடம் எப்போதும் ஒரு பதில் உண்டு. அது, ‘என்னிடம் வீடு இல்லை, ஆடை இல்லை, பணம் இல்லை, பள்ளி இல்லை, நாடு இல்லை, கடவுள் இல்லை, காதலன் இல்லை’ எனத் தொடங்கி, ‘என்னிடம் மூளை உண்டு, ஆன்மா உண்டு, வாழ்க்கை உண்டு’ என முடியும். நீனா சிமோன் சொன்னதைப் போலவே இந்த அச்சமற்ற நிலைதான் விடுதலை!

37

சட்டத்தில் விடுபட்ட பெண்கள்

பெண்களுக்கு அனைத்து உரிமைகளும் கிடைத்துவிட்டதாக நம்பவைக்கப்படும் இந்த 21ஆம் நூற்றாண்டிலும் 'பெண்ணியம்' என்பது பலருக்கும் எட்டிக்காயாகக் கசக்கிறது. அது ஆணுக்கு எதிரானது எனப் பெண்களையே நம்பவைக்கும் வேலைகளும் நடக்கின்றன.

குறிப்பிட்ட சதவீதப் பெண்கள் இன்று அடைந்திருக்கும் உயரத்தையும் வளர்ச்சியையும்கூட அவர்களின் அகம்பாவத்தின் வெளிப்பாடு என்று திரித்துக்கூறிப் பெண்களின் பொது வெளிப் பயன்பாட்டை முடக்கும் செயல்களும் நடக்கின்றன. விதிவிலக்கு களைப் பொதுவிதியாகக் கொண்டு பெண்ணியத்தைப் பெண்களுக்கு ஆகாத சொல்லாக மாற்றும் வித்தை யைக் கைவரப் பெற்ற சமூகமாக நம் சமூகம் இருப்பதையும் மறுப்பதற்கில்லை.

அடிப்படை உரிமை கள்கூட மறுக்கப்பட்டு, பெண்கள் இரண்டாம்தரக் குடிமக்களாக நடத்தப்பட்டபோது கல்வி யறிவும் பகுத்தறிவும் பெற்ற பெண்களே உரிமைகளுக்கான முதல் குரலை எழுப்பினர். எழுதப் படிக்கத் தெரியாத நிலையிலும் பெண்ணடிமைத்தனத்துக்கு எதிராக 'நான் பெண் இல்லையா?' என முழங்கிய சோஜர்னர் ட்ரூத் போன்ற விதிவிலக்குகளும் உண்டு. பட்டறிவு இல்லையென்றாலும்

பகுத்தறிவு இருந்தாலே உரிமைக்குரல் எழுப்பலாம் என்பதை இவரைப் போன்றவர்கள் நிகழ்த்திக் காட்டினர்.

பெண்ணிய அலைகள்

பொது ஆண்டுக்கு (கி.மு) முன்பே பெண்களில் சிலர் தங்கள் உரிமைகள் குறித்துப் பேசினாலும் நவீனப் பெண்ணிய வரலாறு 19ஆம் நூற்றாண்டில் இருந்து தொடங்குவதாகவே பெரும்பாலான பெண்ணிய வரலாற்றுப் பதிவுகள் சொல்கின்றன. தொழிற்புரட்சியும் நகரமயமாக்கலும் பெண்களுக்கான தொழில்வாய்ப்பையும் பொருளாதாரப் பலனையும் பொதுவெளிப் புழக்கத்தையும் அளித்தன. ஆனால், அவற்றுக்கே உரிய வேறுவிதமான நெருக்கடிகளை அவை அதிகரித்தன. நெருக்கடிகள் கழுத்தை நெரித்தபோது சம வாய்ப்பு கேட்டும் வாக்குரிமை கேட்டும் உயர்ந்த கரங்கள், பின்னாளில் பெண்ணுரிமைக்காகவும் உறுதியோடு நின்றன.

பெண்ணுரிமை இயக்கங்கள் வலுப்பெற்றதன் பின்னணியையும் காலத்தையும் காரணத்தையும் கொண்டு அவற்றை 'பெண்ணிய அலை' என்றழைத்தனர். சமூகச் சீர்திருத்த இயக்கங்கள், அடிமை முறை ஒழிப்பு இயக்கங்கள், விடுதலைக்கான புரட்சி இயக்கங்கள், வாக்குரிமை இயக்கங்கள் போன்றவை ஒன்றிணைந்து பெண்ணுரிமையையும் பேசின. உலகம் முழுவதும் இப்படிப் பல்வேறு இயக்கங்கள் பெருந்திரளாக இணைந்து செயல்பட்டதால்தான் அவற்றைப் பெண்ணிய 'அலை' எனக் குறிப்பிடுகிறார்கள்.

உரிமைப் புரட்சி

மன்னராட்சியும் நிலப்பிரபுத்துவமும் நடைமுறையில் இருந்தபோது மக்கள் அனைவரும் ஒரே மாதிரியாக நடத்தப்படவில்லை. ஆண்களில் ஒரு பிரிவினருக்குப் பல்வேறு உரிமைகள் மறுக்கப்பட்டன. ஆண்களுக்கே அந்த நிலை என்றால் மனிதப் பிறவிகளாகக் கருதப்படாத பெண்களின் நிலையைத் தனியாகச் சொல்லத் தேவையில்லை. சாதி, மத, நிற, வர்க்க பேதங்கள் நிறைந்த சூழலில் மக்கள் சம உரிமைக்கான போராட்டங்களைக் கையிலெடுத்தனர். அவற்றோடு பெண்ணுரிமைக் குரல்களும் இணைந்துகொண்டன.

பெண்களுக்குச் சம உரிமையும் வாக்குரிமையும் கேட்டு அமெரிக்காவில் 1848இல் நடைபெற்ற பெண்ணுரிமை மாநாட்டை நவீனப் பெண்ணிய இயக்கத்துக்கான தொடக்கம் என அமெரிக்கப் பெண்ணியவாதிகள் உரிமைகோரினாலும் 1789இல் பெண்கள் தலைமையில் பிரான்ஸில் நடைபெற்ற புரட்சியின்போதே நவீனப் பெண்ணிய வரலாறு தொடங்கி விடுகிறது. அரசியலில் பெண்களின் ஒருங்கிணைந்த செயல் பாட்டையும் அது வெளிப்படுத்தியது. 'குடிமக்கள்' என்கிற அங்கீகாரம்கூடப் பெற்றிராத பெண்கள், 1789இல் பாரிஸின் கடைவீதிகளில் ஆயிரக்கணக்கில் ஒன்றுகூடினர். அங்கிருந்து வெர்சாயிய அரண்மனையை நோக்கிப் பேரணி யாகச் சென்றனர். ஆட்சி அதிகாரத்தில் இருப்பவர்கள் அனைவருக்கும் எளிய மக்களின் வாழ்வு ஒரு பொருட்டே இல்லை. செல்வத்தைக் கைக்கொண்டி ருப்பவர்களும் அவற்றைப் பெருக்கித் தருகிறவர்களும் மட்டுமே அவர்களைப் பொறுத்தவரையில் மனிதர்கள். அன்றைய பிரெஞ்சுப் புரட்சிக்கும் அரசின் இந்தப் பாராமுகம்தான் அடித்தளமாக அமைந்தது. அன்றைக்கு நிலவிய கொடும் பஞ்சத்தை அரசு கண்டுகொள்ளவில்லை என்பதால் தங்கள் அதிருப்தியை வெளிப்படுத்தும் விதமாகவும் அரசு இதில் உடனடியாகத் தலையிட

வலியுறுத்தியும் பெண்கள் நடத்திய பேரணி பெண்ணிய வரலாற்றில் அரசியல் முக்கியத்துவம் வாய்ந்தது.

பெண்கள் குழுவின் அறிவிக்கை

இந்தப் புரட்சிக்குச் சில மாதங்களுக்கு முன் ஆண்கள் மற்றும் குடிமக்களுக்கான உரிமைகள் குறித்த சட்ட வரைவு முன் மொழியப்பட்டது. அதில் ஆண்களில் சிறுபான்மையினரும் அனைத்துப் பெண்களும் விடுபட்டிருந்தனர். குடிமக்களின் சரிபாதி அங்கமான பெண்களைப் புறக்கணித்துவிட்டு எழுதப்பட்ட அந்த வரைவு, பிரெஞ்சு அரசமைப்புச் சட்டத்தில் இடம்பெறும் என்கிற நிலை வந்தபோது பெண்ணிய வாதிகள் அதை எதிர்த்தனர். ஒலாம்ப் த கூஜ் என்கிற பெண்ணியவாதி தலைமையிலான பெண்கள் குழு அறிவிக்கை ஒன்றை வெளியிட்டது. பெண்களுக்கும் ஆண்களைப் போலவே அனைத்துவிதமான சட்ட உரிமைகளும் உண்டு என்பதை வலியுறுத்திய அந்த அறிவிக்கை, அனைத்துத் தரப்பு மக்களின் உரிமைக்காகவும் விடுதலைக்காகவும் வாதாடியது. முதல் பெண்ணிய அலை தோன்றுவதற்கு இதுபோன்ற சம்பவங்களும் அடிப்படையாக இருந்தன.

மது ஒழிப்புப் போராட்டம்

பெண்ணுரிமை வரலாற்றில் 1800களின் தொடக்கத்தில் அமெரிக்கா வில் கிளர்ந்தெழுந்த மது ஒழிப்பு இயக் கங்களுக்கும் முக்கிய இடமுண்டு. மது ஒழிப்பை வலியுறுத்திய தமிழகப் பெண்களின் ‘டாஸ்மாக் கடை உடைப்பு’ போராட்டங்களுக்கு முன்னோடி யாக 200 ஆண்டுகளுக்கு முன் அமெரிக்காவில் தலைதூக்கிய மது ஒழிப்பு இயக்கங்களைக் குறிப்பிடலாம். ‘கலாச்சாரச் சீர்திருத்தப் போராட்டம்’ என அழைக்கப்படும் இந்த மது ஒழிப்பு இயக்கத்தில் பெண்களோடு ஆண்களும் இணைந்து செயல்பட்டனர். மதுவால் ஒரு குடும்பத்தின் ஆணி வேரே ஆட்டம் கண்டுவிடுவதால், மதுவின் தீமைகளை விளக்கும் வகையிலும் மது ஒழிப்பை வலியுறுத்தியும் கேலிச்சித்திரங்கள், கையேடுகள் வெளியிடப்பட்டன. மது ஒழிப்புப் பாடல்களையும் மக்கள் மத்தியில் பாடி மதுவின் தீமை குறித்த விழிப்புணர்வை ஏற்படுத்தினர். உதிரிகளாகச் செயல்பட்ட மது ஒழிப்பு இயக்கங்கள் 1820களில் ஒன்றிணைந்து செயல்படத் தொடங்கிய பிறகு போராட்டம் வலுத்தது.

38

கல்வியறிவால் கிடைத்த துணிவு

தங்கள் வீட்டு ஆண்களின் கட்டுக்கடங்காத குடிப் பழக்கம் தங்கள் வாழ்க்கையைக் கேள்விக்குறியாக்கியதால் அமெரிக்கப் பெண்கள் பலர் ஒருங்கிணைந்து மதுவுக்கு எதிரான போராட்டங்களை 1800களின் மத்தியில் முன்னெடுத்தனர். அமெரிக்காவில் பெண்கள் கல்லூரியின் முதல் தலைவராகச் செயல்பட்ட கல்வியாளரான ஃபிரான்சஸ் விலார்டு, 1874இல் மது ஒழிப்புப் போராட்டத்தில் இணைந்தார். இவரது தலைமையில் 'Woman's Christian Temperance Union (WCTU)' அமைப்பு அதே ஆண்டு தொடங்கப்பட்டது. மதுவின் தீமைகள் குறித்துப் பெண்களுக்கும் இளம் தலைமுறையினருக்கும் இந்த அமைப்பினர் விழிப்புணர்வை ஏற்படுத்தினர்.

அமெரிக்காவில் மது ஒழிப்புப் போராட்டங்கள் நடைபெற்று நூறு ஆண்டுகள் கழித்து இந்தியாவில் மது ஒழிப்புப் போராட்டங்கள் நடைபெற்றன. ஆந்திர மாநிலத்தில் 1990களில் நடைபெற்ற மது ஒழிப்புப் போராட்டம் பெரிய அளவில் கவனம் ஈர்த்தது. காரணம், அதை முன்னின்று நடத்தியவர்கள் கிராமப்புறப் பெண்கள்.

பெண்களின் வெற்றி

கல்வியறிவும் விழிப்புணர்வும் எப்படியான சமூக மாற்றத்துக்கு

வித்திடும் என்பதற்கும் இந்தப் பெண்களே சான்று. 1990களில் ஆந்திர மாநிலம் நெல்லூர் மாவட்டத்தில் தேசிய எழுத்தறிவு இயக்கத்தின் சார்பில் கிராமப்புறப் பெண்களுக்கு எழுத, படிக்கக் கற்றுத்தரப்பட்டது. பெண்கள் அனைவரும் ஓரிடத்தில் கூடிப் பொதுவான விஷயங்களை விவாதிக்கவும் இது அடித்தளமாக அமைந்தது. வருமானத்தில் பெரும் பகுதியைக் குடிப்பதற்குச் செலவிட்டுவிட்டுக் குடும்பத்தை வறுமையில் வைத்திருக்கும் ஆண்கள் பற்றியும் பெண்கள் விவாதித்தார்கள்.

கணவனின் குடிப் பழக்கம் குறித்துக் கேள்விகேட்ட பெண்கள் பலரும் அடியும் உதையும் வாங்கினர். அப்போது வீடுகளுக்கே மதுவை விநியோகித்த ஆந்திர அரசின் 'வருணா வாகினி' (மது வெள்ளம்) திட்டம் பெண்களை மேலும் கொதிப்படையச் செய்தது. தங்கள் வாழ்க்கையைப் பலிகொடுத்து அதில் வருமானம் ஈட்டும் அரசுக்கு எதிராகப் பெண்கள் திரண்டனர். நெல்லூர் மாவட்டத்தின் தூபகுண்ட கிராமத்தில் மது குடித்து இருவர் இறந்துவிட பெண்களின் போராட்டம் முறையான வடிவத்தை அடைந்தது. மது விற்பதற்கான உரிமம் பெறுவதற்காக அரசு சார்பில் நடத்தப்படும் டெண்டர் கூட்டங்களைப் பெண்களின் போராட்டம்

▲ ஃபிரான்சஸ் விலார்டு

தடுத்து நிறுத்தியது. பெண்களின் தொடர் போராட்டத்தால் அரசு கொள்கைரீதியான முடிவெடுக்கும் நிலைக்குத் தள்ளப்பட்டது. பெண்களின் போராட்டத்துக்குக் கிடைத்த வெற்றியாகவும் அது அமைந்தது.

இரண்டாம் அலை

பெண்ணியத்தின் முதல் அலை பெரும்பாலும் வெள்ளையினப் பெண்களின் உரிமைகளைப் பேசியது.சம உரிமைக்கான பெண்ணியப் போராட்டங்களில் இன, நிற பேதங்களின் அடிப்படையில் பலபெண்கள் விடுபட்டனர். அதுவே அடுத்த கட்டத்துக்குப் பெண்ணியத்தை நகர்த்தியது. 1960களில் பெண்ணியத்தின் இரண்டாம் அலைபோராட்டம் தொடங்கியது. கல்வி நிறுவனங்களிலும் தொழிற் சாலைகளிலும் பெண்களுக்குச் சம உரிமை வழங்குவதை இந்தப் போராட்டங்கள் வலியுறுத்தின. வீட்டு வேலைகளில் முடக்கப்பட்டும் பெண்களின் வாழ்க்கை குறித்தும்பெண்களின் தனிப்பட்ட உரிமைகள் குறித்தும் இவை பேசின. பெண்களுக்கென்று எழுதி வைக்கப்பட்டிருக்கும் இலக்கணங்களை இவை கேள்விக்குள்ளாக்கின. இவை எதுவுமே பெண்ணின் தனி விஷயமல்ல, ஒவ்வொன்றிலும் அரசியல் இருக்கிறது என்பதை வலியுறுத்தித் தொடர் போராட்டங்கள் முன்னெடுக்கப்பட்டன.

39

ஆறு வாரங்களில் அதிகரிக்காது தன்னம்பிக்கை

பெண்கள் தங்கள் வாழ்வுரிமைக் காகவும் அனைத்துத் தளங்களிலும் தங்களின் இருப்பை உறுதிசெய்யவும் போராடியதைத் தொடர்ந்து அவர்களுக்கான அங்கீகாரம் ஓரளவுக்குக் கிடைக்கத் தொடங்கியது. சுவாசிப்பதற்கும் வாழ்வதற்கும் உள்ள வேறுபாட்டைப் பெண்கள் உணரத் தொடங்கியபோதே உரிமைக்குரல்கள் ஒலிக்கத் தொடங்கின. உயிரோடு இருப்பதற்குச் சுவாசித்தால் மட்டும் போதும். ஆனால் வாழ்வதற்கு? இந்தக் கேள்விதான் பெண்ணுரிமைக் குரல்கள் உலகம் முழுவதும் சேர்ந்தொலிக்கக் காரணமாக அமைந்தது.

கல்வியின் மூலம் அறிவும் ஞானமும் பெற்ற பெண்கள் அடுத்த கட்டத்தை நோக்கி நகர்ந்தனர். வெறும் போகப் பொருளாக மட்டுமே தாங்கள் கையாளப்படுவதற்கு எதிரான தங்களது நிலைப்பாட்டை உணர்த்தினர். பெண்கள் மீது கட்டமைக்கப்பட்ட இலக்கணங்களையும் அடையாளங் களையும் கேள்வி கேட்டனர். நாடுகள் தோறும் பெண்களுக்கான உடையும் கலாச்சாரமும் வேறுபட்டாலும் அடிப் படையில் அவர்கள் அனைவருமே நுகர்வுப் பொருளாக மட்டுமே பாவிக்கப்படுவதை எதிர்த்தனர். காட்சிப் பொரு ளாக அவர்கள் நடத்தப்படு வதைக் கண்டித்தனர்.

இதுவல்ல 'அழகு'

1900களின் மத்தியில் பரவலாகக் கவனம் பெறத் தொடங்கிய 'அழகி'ப் போட்டிகள் பெண்ணிய வாதிகளை எரிச்சலூட்டின. 'மிஸ் அமெரிக்கா' நிகழ்ச்சிக்கு எதிராக அமெரிக்கப் பெண்கள் 1968இல் நடத்திய போராட்டம், பெண்கள் மீதான கற்பிதங்களுக்குக் கடிவாளம் போடுவதாக அமைந்தது. பெண்களின் உடலைக் காட்சிப்படுத்தும் இது போன்ற 'அழகி'ப் போட்டிகள், பிற்போக்குத் தனமானவை மட்டுமல்ல தீவிர பெண் வெறுப்பு சிந்தனை கொண்டவை என்பது போராட்டக்காரர்களின் வாதம். சிலரது வியாபாரத்தைப் பெருக்கும் நோக்கில் 1900களின் தொடக்கத்தில் அமெரிக்காவில் தொடங்கப்பட்டது 'மிஸ் அமெரிக்கா' அழகிப்போட்டி. அமெரிக்கப் பெண்களின் தோற்றத்தை மட்டுமே குறிவைத்து இந்தப் போட்டிகள் நடத்தப்படுவது பெண்ணுரிமைக்கு எதிரானது எனப் பெண்ணியவாதிகள் வாதிட்டனர்.

அழகை மட்டுமல்லாமல் அந்தப் பெண்களின் அறிவையும் மையப் படுத்தியதாக இந்தப் போட்டி இருக்கும் என்று ஆரம்பத்தில் சொல்லப் பட்டாலும், போகப் போக விதிகளில் மாற்றங்கள் செய்யப்பட்டு அழகு என்கிற ஒற்றைப் புள்ளியில் மட்டுமே வந்து நின்றது. 18 முதல் 28 வயதுக்குள்பட்ட திருமணம் ஆகாத, ஒல்லியான, துறுதுறுப்பான, தன்பாலின ஈர்ப்பு இல்லாத பெண்கள் குறிப்பாக, அமெரிக்க வெள்ளையினப் பெண்கள் மட்டுமே போட்டியில் பங்கேற்க அனு மதிக்கப்பட்டனர். இந்த விதிமுறைகள் பெண்ணுரிமைக்கு எதிரானவை மட்டு மல்ல, நிறவெறியை ஆதரிக்கும் விதத்தில் இருக்கின்றன எனப் பெண்கள் போராடினர்.

அழகால் அதிகரிக்குமா தன்னம்பிக்கை?

அன்றைக்கு அமெரிக்காவில் தொடங்கிய அழகிப் போட்டி கலாச்சாரம் இன்று 'உலக அழகி', 'பிரபஞ்ச அழகி' என வளர்ந்து உள்ளூர் அழகிப் பட்டங்கள் வரை தொடர்வது வேதனை யானது. ஒரு பெண்ணின் உடலமைப்பு இப்படித்தான் இருக்க வேண்டும் என ஆண்களால் கட்டமைக்கப்பட்ட வடிவத்தைப் பெறுவதே பெரும்பாலான பெண்களின் இலக்காகத் திட்டமிட்டு மாற்றப்பட்டது. தன் தோற்றம், நிறம் சார்ந்த குற்றவுணர்வுக்குப் பெண்களை ஆளாக்குவதன் பின்னணியில் கோடிக் கணக்கில் பணம் புரளும் 'அழகு வர்த்தகம்' அடங்கியிருக்கிறது.

உலக மயமாக்கலுக்குப் பிறகு இது அதிகரிக்கத் தொடங்கி இன்று அதன் உச்சத்தில் இருக்கிறது. தங்கள் படிப்பாலும் செயலாலும்

கிடைக்காத தன்னம்பிக்கையைச் சிவப்பழகு கிரீம்கள் தருவதாகக் கட்டமைக்கப்பட்ட விளம்பரங்களைப் பெண்கள் பலர் நம்பவைக்கப்பட்டனர். ஆறே வாரங்களில் சிவப்பழகு கிடைத்துவிடும் என்கிற அழகுசாதனப் பொருள்கள் தயாரிப்பு நிறுவனங்களின் போலியான வாக்குறுதிகளை நம்பி வருடக் கணக்கில் அந்தக் களிம்புகளைப் பூசும் பெண்களும் உண்டு. இது அந்தப் பெண்களின் தனிப்பட்ட பிரச்சினை அல்ல. அழகு சார்ந்து அவர்கள் மீது சுமத்தப்படும் சமூக நிர்பந்தமே அவர்களை அப்படிச் செய்யத் தூண்டுகிறது.

பெண்களை அவமதிக்கும் செயல்

அமெரிக்கக் காவல் அதிகாரி ஒருவரால் ஆப்ரிக்க அமெரிக்கரான ஜார்ஜ் ஃபிளாயிடு என்பவர் கழுத்து நெரிக்கப்பட்டுக் கொல்லப்பட்ட சம்பவத்தை யடுத்து 2020இல் உலகம் முழுவதும் நிறப் பாகுபாட்டுக்கு எதிரான குரல்கள் எழுந்தன. அதைத் தொடர்ந்து சிவப்பழகு கிரீம்களையும் பலர் எதிர்க்கத் தொடங்கினர். அதன் விளைவாகத் தெற்காசிய நாடுகளில் பெருமளவில் விற்பனையான 'ஃபேர் அண்டு லவ்லி' சிவப்பழகு கிரீமின் பெயரை 'க்ளோ அண்டு லவ்லி' என யுனிலிவர் நிறுவனம் மாற்றியது. அழகு சார்ந்து பெண்களின் மீது திணிக்கப்படும் கற்பிதங்களுக்கு இது ஒரு சோற்றுப் பதம்.

'மிஸ் அமெரிக்கா' போட்டியை எதிர்த்துப் போராட்டம் நடத்தியவர்களில் ஒருவரான கரோல் ஹானிஷ், கட்சி வேறுபாடுகளின்றிப் பெண்கள் அனைவரும் இத்தகைய போட்டிகளை எதிர்க்க வேண்டும் என வேண்டுகோள் விடுத்தார். 'எல்லாப் பெண்களும் அழகானவர்களே', 'கால்நடைகளைப் போலப் பெண்களை அணிவகுக்கச் செய்வது அவர்களை அவமதிக்கும் செயல்', 'ஒடுக்குமுறையால் ஏற்படும் காயங்களைப் பெண்களின்

▲ கரோல் ஹானிஷ்

மேக் அப் மறைத்துவிடுமா' என்பது போன்ற வாசகங்கள் எழுதப்பட்ட பதாகைகளைக் கையில் ஏந்திப் பெண்கள் போராடினர். 'மிஸ் அமெரிக்கா' போட்டியை எதிர்ப்பதற்கான பத்துக் காரணங்கள் அடங்கிய துண்டுப் பிரசுரத்தைப் பெண்கள் விநியோகித்தனர். தனி நபர் நடிப்பு மூலமும் சொற்பொழிவு மூலமும் தங்களது கருத்துகளைப் பார்வையாளர்கள் மத்தியில் விதைத்தனர்.

இது தனிப்பட்ட பிரச்சினையல்ல

தங்கள் பாலினம், உடல், கருக்கலைப்பு உரிமை, வீட்டு வேலை பகிர்வு போன்றவை பெண்களின் தனிப்பட்ட பிரச்சினை அல்ல என்று வாதிட்டார் அமெரிக்கப் பெண் விடுதலை இயக்கத்தைச் சேர்ந்த கரோல் ஹானிஷ். இவை எல்லாமே பெண்களின் 'உரிமை' என்று சொன்னதோடு, அவரவர் பிரச்சினைக்கு அவரவரே குரல்கொடுக்க வேண்டும் என்கிற பிற்போக்குக் கருத்தையும் எதிர்த்தார். 'ஆண்கள் வீட்டுவேலையிலும் குழந்தை வளர்ப்பிலும் பங்கெடுக்க வேண்டும் என ஒரு பெண் சொன்னால் அது அவருடைய கணவரைப் பற்றிய தனிப்பட்ட புகார் அல்ல. பெண்கள் தங்கள் உரிமைகளுக்காகக் குரல்கொடுக்கும்போதெல்லாம் அதை அவர்களது தனிப்பட்ட பிரச்சினையாகச் சுருக்குவதை இந்தச் சமூகம் காலம்காலமாகச் செய்து வருகிறது. பெண்களின் தனிப்பட்ட விஷயம் அனைத்திலுமே அரசியல் இருக்கிறது. அரசியல் என்பது தேர்தல் அரசியல் அல்ல. பெண்களை அடிமைப்படுத்தி வைத்திருக்கும் அரசியல் இது' என எழுதினார் கரோல் ஹானிஷ்.

ஒற்றுமையே பலம்

தங்கள் உரிமைகளுக்காக 1900களின் மத்தியில் போராடிய பெண்கள், 'பகுத்தறிவுப் பெண்ணியத்தை முன்வைத்தனர். பெண்கள் மீது சுமத்தப்பட்டிருந்த அறிவியலுக்குப் புறம்பான கட்டுக்கதைகளை அவர்கள் உடைத்தெறிந்தனர். மதத்தின் பேரிலும் உளவியல்ரீதியாகவும் போலி வரலாற்றின் அடிப்படையிலும் பெண்கள் மீது திணிக்கப்பட்ட

பழமை வாதங்களை இவர்கள் எதிர்த்தனர். பெண்களைப் பண்டமாகப் பார்க்காமல் சக மனுஷியாகப் பார்க்கும் மார்க்ஸிய எதார்த்தவாத நடைமுறையை இவர்கள் முன்மொழிந்தனர். 'ஒவ்வொரு பெண்ணும் தனித்தனியாகப் போராடு வது எந்தவித மாற்றத்தையும் ஏற்படுத் தாது; பெண்கள் அனைவரும் ஏதோவோர் அமைப்பாக ஒன்றிணைந்து செயல்பட்டால்தான் உரிமை கிடைக் கும்' என்பது இவர்களது வாதம்.

அவளுக்கென்று ஒரு 'பணம்'

பெண்கள் தங்களுக்கென்று தனி பணப்பையை வைத்துக்கொள்ள வேண்டும் என்று வலியுறுத்திய அமெரிக்க வாக்குரிமை - பெண்ணுரிமைப் போராளி சூசன் பி ஆண்டனியின் கருத்தோடு கரோல் உடன்பட்டார். பெண்களின் பொதுவெளிப் பங்களிப்பில்லாமல் இது சாத்தியப்படாது என கரோல் சொன்னார். 'பெண்கள் வீட்டைவிட்டு வெளியேறி வேலைக்குச் சென்று பொருளாதாரத் தற்சார்பை உருவாக்கிக் கொள்ளாதவரை அவர்களுக்கு விடுதலை இல்லை. பெண்களின் பொது வாழ்க்கைச் செயல்பாட்டை உறுதிசெய்யும் வகையில் குழந்தை வளர்ப்பு மையங்களை அரசு நடத்துவதை வலியுறுத்தி நாம் ஒன்றிணைந்து போராட வேண்டும். பெண்களும் பணியாற்ற உகந்த வகையில் பணியிடங்களைச் சமத்துவ நோக்கில் கட்டமைக்க வேண்டும்' என்றார் கரோல். பெண்ணுரிமைப் போராட்டங்கள் அடுத்த கட்டத்தை நோக்கி நகர்வதற்கு இந்தப் போராட் டங்கள் துணைநின்றன.

40

உரிமை, விடுதலை எனும் இருவேறு இலக்குகள்

பெண்கள் அனைவருக்கும் அனைத்துத் தளங்களிலும் எல்லாவிதமான உரிமைகளும் கிடைத்துவிட்டன என்கிற மாயத் தோற்றம் உருவாக்கப்பட்டிருக்கும் சூழலில் உலக வங்கியின் தரவின்படி இந்தியாவில் தங்களின் பெயரில் நிலம் வாங்கியிருக்கும் பெண்களின் எண்ணிக்கை 9.5 சதவீதம். உலகின் பெரும்பாலான நாடுகளில் பெண்களின் பெயரில் ஒரு சதுர அடி நிலம்கூட இல்லை. பெண்ணுரிமைப் போராட்டங்கள் ஏன் தேவைப்படுகின்றன என்பதற்கான பதிலையும் இந்தக் கணக்கு சொல்லிவிடுகிறது.

வாசிப்பின் வழியே விழிப்புணர்வு

இலக்கியம், நாடகம், திரைப்படம் போன்ற கலைவடிவங்கள் வாயிலாகப் பெண்ணுரிமைக் கருத்துகளை முன்வைத்தவர்கள் பலர். பிரெஞ்சு தத்துவஞானியும் பெண்ணியவாதியும் அறிவுஜீவியுமான சிமோன் து போவார் 'The Second Sex' நூலை 1949இல் எழுதினார். பெண்கள் மீது கட்டமைக்கப்பட்ட கற்பிதங்களையும் அவர்கள் எப்படிக் காலங்காலமாக ஆணுக்கு அடுத்த நிலையில் இரண்டாம் பாலினமாக நடத்தப்பட்டு வருகிறார்கள் என்பதையும் இந்த நூல் பேசியது.

மனிதர்களின் சமத்துவமற்ற நிலைக்குக் காரணமான முதலாளித் துவக்

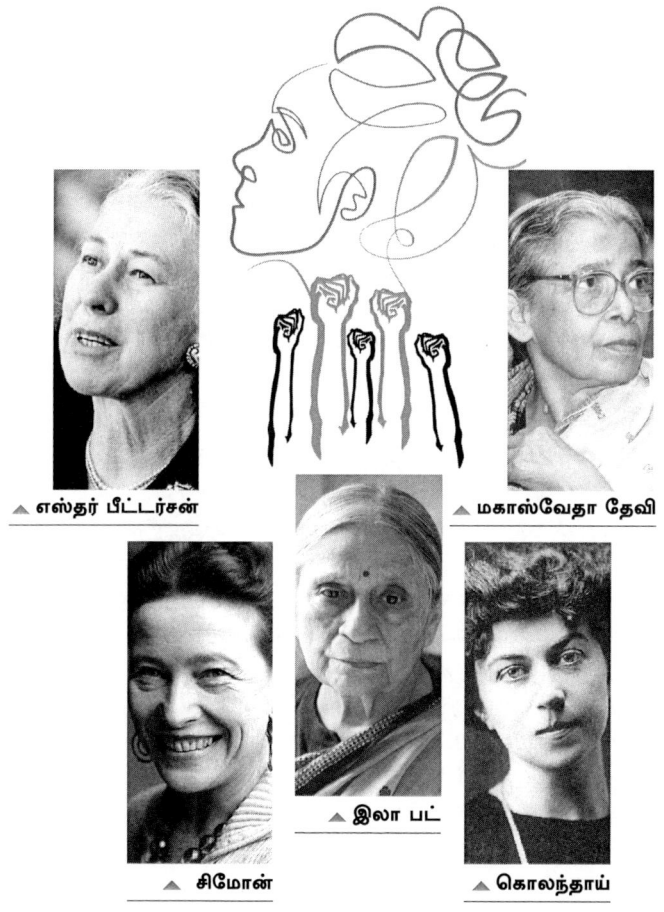

எஸ்தர் பீட்டர்சன்

மகாஸ்வேதா தேவி

இலா பட்

சிமோன்

கொலந்தாய்

கருத்தாக்கத்தைச் சிறு வயதி லேயே எதிர்த்தார். தன் அப்பாவின் அறிவுக் கூர்மையைப் பார்த்து வியந்தவர், தான் வளர்ந்த பிறகு எக்காரணம் கொண்டும் மனைவி யாகவோ அம்மாவாகவோ ஆகிவிடக் கூடாது என நினைத்தார். ஆரம்பத்தில் பெண்ணுரிமைச் செயல்பாடுகளில் பெரிதாக ஈடுபடாத இவர் பின்னாளில் பெண்ணிய அமைப்புகளோடும் மார்க்ஸியப் பெண்ணியவாதிகளோடும் இணைந்து ‘Questions Feministe’ என்கிற பெண்களுக்கான இதழைத் தொடங்கினார்.

அமெரிக்கப் பெண்ணுரிமைச் செயற்பாட்டாளரான பெட்டி ஃப்ரீடன் 1963இல் ‘*Feminine Mystique*’ நூலை எழுதினார். வீட்டுவேலைகளிலும் குழந்தைப் பராமரிப்பு உள்ளிட்ட குடும்பப் பொறுப்புகளிலும்

தொலைந்துபோய் அடையாள மிழந்து போகும் பெண்களின் நிலையை இந்த நூல் விவாதித்தது. இது போன்ற நூல்களும் பெண்ணுரிமைக்கான போராட்டங்களுக்கு வினையூக்கியாகச் செயல்பட்டன.

போராடி வெல்லும் பெண்கள்

மேற்கத்திய நாடுகளில் ஒலித்த பெண்ணுரிமைக் குரல்களோடு இந்தியப் பெண்களின் குரல்களும் இணைந்தன. பிரிட்டிஷ் இந்தியாவின் வங்கதேசத்தில் பிறந்த மகாஸ்வேதா தேவி, அடக்குமுறைக்கும் ஆணாதிக் கத்துக்கும் எதிராக ஒலித்த பெண்ணியக் குரல்களில் முதன்மையானவர். சுதந்திர இந்தியாவில் சாதியக் கட்டுமானங் களாலும் பொருளாதார ஏற்றத் தாழ்வாலும் அல்லல்பட்ட மக்களுக்கு ஆதரவாக நின்றார்.

ஏழை விவசாயிகள், பழங்குடியினர், ஆதரவற்ற பெண்கள், சுரண்டலுக்கும் பாலியல் துன்புறுத்தலுக்கும் ஆளாக்கப் படும் பெண்கள் போன்றோரைத் தன் கதைகளின் மாந்தர்களாக்கினார். விளிம்புநிலை மக்களுக்குத் தன் கதைகளில் புராதன அடையாளம் கொடுத்து அவர்களது உரிமைக் குரலை ஒலிக்கச் செய்தார். பெண்களை அவர்களது பாலினம், சாதி, மதம், சமூக – பொருளாதார நிலை சார்ந்து நடத்துவதைவிட மனிதத்தன்மையோடு நடத்துவது முக்கியம் என்பதைத் தன் படைப்புகளின் வாயிலாகப் பதிவுசெய்தார். பெண்கள் மீதான ஒடுக்கு முறையைப் பற்றிச் சொன்னதோடு அவற்றைச் சகித்துக்கொண்டும் பொறுத்துக்கொண்டும் எப்படி அவர்கள் உயிர்பிழைத்திருக்கிறார்கள் என்பதையும் பேசப்படாத அவர்களது அக உலகத்தையும் தன் எழுத்தில் வடித்தார். பெண்ணுடல் மீது ஏற்றி வைக்கப்பட்டிருக்கும் புனிதத்தைத் தன் கதைகளின் வாயிலாகத் தோலுரித்தார். சந்தால் பழங்குடியினப் பெண்ணைப் பற்றிய ‘திரௌபதி’, பழங்குடியினப் பெண்ணின் அனுமதியின்றி அவரைப் படம்பிடித்த ஒளிப்படக் கலைஞர் பற்றிய ‘காங்கோர்’ போன்றவை பெண்ணுலகின் அறியப்படாத பக்கங்களைக் கொண்டவை. மகாஸ்வேதா தேவியைப் போலவே தெற்கில் ஒலித்த பெண்ணியக்குரல் கமலாதாஸ். பலரும் பேசத் தயங்கியவற்றைத் துணிச்சலோடு எழுதிச் சென்றார் கமலா தாஸ். சமைய லறைச் சுவர்களுக்குள்ளேயே அமுங்கிப் போகநிர்பந்திக்கப்பட்ட பெண்களின் அக உணர்வுகளைத் தன் எழுத்தின்மூலம் பேசு பொருளாக்கி யவர் இவர்.

ஏன் போராடுகிறார்கள்?

எட்டு மணி நேர வேலை நேரத்துக்காகப் போராட்டத்தை முன்னெ டுத்த பெண்களின் தொடர்ச்சியாகப் பெண்கள் தொழிலாளர் நலன்

சார்ந்து பல்வேறு போராட்டங்களை நடத்தி வெற்றிகண்டிருக்கிறார்கள். 'சம உழைப்புக்குச் சம ஊதியச் சட்டம்' அமெரிக்காவில் 1963இல்இயற்றப்படக் காரணமாக இருந்த வர்களில் முதன்மையானவர் எஸ்தர் பீட்டர்சன். அமெரிக்காவில் குடியேறிய டேனிஷ் மொழி பேசும் குடும்பத்தைச் சேர்ந்தவர். அமெரிக்க ரயில்வே தொழிலாளர்கள் எட்டு மணி நேர வேலையை வலியுறுத்தி 1918இல் போராட்டம் நடத்திய போது எஸ்தருக்கு 12 வயது ஆனது. அந்த வயதில் தொழிலாளர் உரிமை குறித்து எதுவும் அவருக்குத் தெரிந்திருக்கவில்லை. ஆனால், தொழிற்சங்கங்கள் தீங்கானவை, தொழிற்சங்கத் தலைவர்கள் பிரச்சினையை உருவாக்குபவர்கள் என நினைத்துக்கொண்டார். படித்துப் பட்டம் பெற்ற பிறகு தன்னார்வத் தொண்டு நிறு வனத்தில் ஆசிரியராகப் பணியாற்றினார்.

பார்வையை மாற்றிய சிறுமி

அவரிடம் பயிலும் மாணவியர் அன் றைக்குப் பள்ளிக்கு வரவில்லை. அவர்கள் 'வேலைநிறுத்தப் போராட்ட'த்தில் ஈடுபட்டிருப்பதாக அறிந்து ஐலின் என்கிற தனது மாணவியின் வீட்டுக்குச் சென்றார் எஸ்தர். ஐலினின் அம்மா, தங்கைகள் அனைவரும் போராட்டத்துக்கான துண்டுப்பிரசுரங்களைத் தயாரித்துக்கொண்டி ருந்தனர். அந்தப் பகுதியில் பெரும்பாலோர் ஆயத்த ஆடைத் தொழிற்சாலைப் பணியாளர்கள். அதுவரை அவர்கள் தைத்துக்கொண்டிருந்த ஆடைகளில் சதுர வடிவில் இருந்த சட்டைப்பைகள் இதய வடிவத்துக்கு மாற்றப்பட்டன. ஒரு டஜன் துணிகளுக்கு இவ்வளவு எனக் கூலி வழங்கப்பட்ட நிலையில் இதய வடிவிலான சட்டைப்பையை இயந்திரத்தில் வேகமாகத் தைக்க இயலவில்லை. இதனால், தையல் வேலையில் தாமதம் ஏற்பட்டுக் கூலியும் குறைந்துவிட்டது. இதற்கு எதிராகத்தான் அந்தப் பெண்கள் போராடினர். போராட்டத்தில் ஈடுபட்டி ருந்த பெண்களின் பின்னால் நின்றிருந்த எஸ்தருக்குத் தொழிலாளர் உரிமை, உழைக்கும் பெண்களின் ஊதிய உரிமை, தொழிற்சங்கப் போராட்டத்தின் அவசியம் என எல்லாமே புரிந்தன. அவரது பார்வை விசாலமடைந்தது. அதன் பிறகு தொழிலாளர் நலன் சார்ந்து முனைப்புடன் செயல்பட்டார். பெண்களுக்குச் சம ஊதியம் அளிக்கும் சட்டம் அன்றைய அமெரிக்க அதிபர் ஜான் கென்னடியால் கையெழுத்திடப்பட்டது அதன் நல்விளைவுகளில் ஒன்று.

பெண்களும் தொழிற்சங்கமும்

அமெரிக்காவில் எஸ்தர் என்றால் இந்தியாவில் உழைக்கும் பெண்

களின் உரிமைக்காக 60களில் களமிறங்கியவர் இலா பட். குஜராத் மாநிலம் அகமதாபாத்தில் பிறந்த இவர், அமைப்புசாராப் பணிகளில் ஈடுபடும் பெண்களுக்கான முதல் தொழிற் சங்கத்தை அமைத்தார்.

பீடி சுற்றுவது, நெசவு, தையல், சுள்ளி - குப்பை சேகரிப்பது போன்ற அமைப்புசாராத் தொழிலில் ஈடுபடும் பெண்கள் மத்தியில் பணியாற்றினார். பணம் படைத்தவர்களாலும் முதலாளிகளாலும் இந்தப் பெண்கள் உழைப்புச் சுரண்டலுக்கும் பாலியல் தொல்லைக்கும் ஆளாக்கப்படுவதை அறிந்தார். அதிகக் கடன் சுமையால் குடும்பத்தில் அனைவருமே காலம் முழுக்க உழைக்க வேண்டிய கட்டாயத்தில் இருப்பதையும் உணர்ந்தார். இதுபோன்ற பெண்களின் உரிமைகளுக்காக சுயதொழிலில் ஈடுபடும் பெண்களுக்கான தொழிற் சங்கத்தை (Self Employed Women's Association – SEWA) 1972இல் அமைத்தார். இது 1990களில் இரண்டு லட்சத்துக்கும் அதிகமான உறுப்பினர்களைக் கொண்ட பெண்களுக்கான மிகப் பெரிய தொழிற்சங்கமாக வலுப்பெற்றது. அதிகாரம் இல்லாததுதான் ஏழைகள் ஏழைகளாகவே இருப்பதற்கான காரணம் என்று சொன்ன இலா பட், பெண்களை அதிகாரப்படுத்துவது அவசியம் என்றார். சுய தொழிலில் ஈடுபடும் பெண்களுக்கான முதல் கூட்டுறவு வங்கி 1974இல் அமைய காரணமாக இருந்தார். சாலையோர வியாபாரிகளின் வாழ்வாதார பாதுகாப்பு மற்றும் ஒழுங்குமுறைச் சட்டம் உருவாக இலா பட்டின் தொழிற்சங்கத்துக்கு முக்கியப் பங்கு உண்டு.

"உரிமைகள் இருப்பதால் மட்டுமே எந்தப் பயனும் இல்லை. அவற்றைப் பயன்படுத்த நமக்குத் தெரிந்திருக்க வேண்டும். பெண்களுக்கு வாக்குரிமை இருக்கிறது. அதை நம் நலனுக்காகவும் வளமான எதிர்காலம் அமையவும் பயன்படுத்துகிறோமா என்பது முக்கியம்" என்றார் ரஷ்யப் புரட்சியாளரும் தத்துவ அறிஞருமான அலெக்சாண்ட்ரா கொலந்தாய். பெண்ணுரிமையும் பெண் விடுதலையும் பெண்கள் அடைய வேண்டிய இருவேறு இலக்குகள். மனித குலம் பெற்றிருக்கும் அனைத்து உரிமைகளும் அந்தக் குலத்தின் அங்கமான பெண்களுக்கும் வேண்டும் என்பது பெண்ணுரிமை; பெண்ணுரிமைப் போராட்டங்கள் தேவைப்படாத நிலையே பெண் விடுதலை. எவ்வித ஏற்றத்தாழ்வும் பாகுபாடுகளும் இல்லாத, அனைவரும் சமமாக வாழும் சமத்துவ உலகத்தைக் கட்டமைக்க அனைவரும் இணைந்து செயல்படுவோம்.